હોસ્ટેલ એટેક

મિશન ચેલેન્જ (અમદાવાદ એટેક.)

હેમીલકુમાર પી પટેલ

ISBN 978-93-5610-352-8
© HEMILKUMAR P PATEL 2022
Published in India 2022 by Pencil

A brand of
One Point Six Technologies Pvt. Ltd.
123, Building J2, Shram Seva Premises,
Wadala Truck Terminal, Wadala (E)
Mumbai 400037, Maharashtra, INDIA
E connect@thepencilapp.com
W www.thepencilapp.com

DISCLAIMER: *This is a work of fiction. Names, characters, places, events and incidents are the products of the author's imagination. The opinions expressed in this book do not seek to reflect the views of the Publisher.*

Author biography

લડાઈ તો જ્યારે ભારત આઝાદ થયો ત્યારે પણ હતી અને અત્યારે પણ છે. એ લડાઈ ના બંદ થઈ હતી કે ના થશે. પંદર ઓગસ્ટ ઓગણીસોં સુડતાલિસના રોજ આઝાદ થયો આ દેશ પણ એક અંદરની વાત લઈને મોહમ્મદ અલી જીણાએ મુસ્લિમ માટે અલગ દેશની માંગ પહેલાથી કરેલી. તેમાં ગુજરાતનું જૂનાગઢ, હૈદરાબાદ ત્થા ભારતનું કાશમીર વગેરે જેવા રાજ્યોને પાકિસ્તાનમાં ભેળવી દેવાની માંગ હતી પરંતુ ત્યાંની પ્રજા ભારતમાં રહેવા માંગતી હતી. ત્યારે સરદાર વલ્લભભાઈ પટેલ પોતે રજવાડાને એક કર્યા ભારતમાં રહેવા માટે. આ ભાગલાથી હિન્દૂ અને મુસ્લિમમાં એક મોટો ભાગ પડ્યો જે ભાગ આવનાર સમયનો સૌથી મોટી લડાઈની ચેતવણી હતી. મુસ્લિમમાં જે હિન્દૂ મુસ્લિમ હતા તેમનાથી ભારતને કંઈ ડર જેવું નહોતું. પાકિસ્તાન જમાત મુસ્લિમથી ડર હતો. હિન્દમાં રહેલ ભારતીય મુસ્લિમ એક થઈને રહ્યા હતા. અહીંયા તો બંને એક થઈને રહ્યા તો સાચું અને રાત્રે જમણવાર કોઈ દિવસ જોડે રાખતા તેની કહાની મિશન ચેલેન્જ સાથે તે કડી જોડાઈ રહેલ છે.

CONTENTS

હોસ્ટેલ એટેક

……………………………………

ભાગ ૧ (યુદ્ધવનો બીજ)

હોસ્ટેલ, વિચારીને એમ લાગે કે હા મસ્ત જગ્યા છે આ. આવું એનેજ લાગે જેને આ જગ્યાએ સમય પસાર કર્યો હોય. એક રૂમમાં ત્રણ ચાર

બેડ, પણ આ બેડ પર હજ્ઞારો લાખો ભીની યાદો જોડાયેલ હોય છે. કેટલી મસ્તી, મસ્તીમાં થતી લડાઈ અને કોઈનો જન્મદિવસ હોય તો તેને બેડ પર ઊંધો ઊંઘાડી તકિયાથી કે પછી પટ્ટાથી મારવામાં આવે. તો પછી બે રૂમ ભેગા થઇ આમને સામને તકિયા ફેંકી મારવામાં આવે. રાત્રે અંધારામાં લાઈટો બંદ કરી ચીસો પાડવાની. મેનેજરને હેરાન કરવાનો, કોઈ ગભરાય તો તેને હેરાન કરવાનો, ઉંગ્યો હોય તો ચીસો પાડીને વોચમેનને જગાડવાનો, અમુક વાર તો હદ થઇ જાય સુતળી બૉમ્બ ફોડવાનો. આવી મસ્તી હોય છે હોસ્ટેલની, એવીજ એક હોસ્ટેલની વાત કરવામાં આવે છે જેની હાલત બહુજ ખરાબ થવાની હતી.

અહીં મુખ્ય પાત્ર રોનક છે જે કોલેજના એક ખૂણામાં પડ્યો હતો, તેના હાથમાં બંદૂક હતી. ત્યાં બૉમ્બ બ્લાસ્ટ થયો હોવાથી દિવસના સમયે અંધારું છવાઈ ગયેલું હતું. ચારેય બાજુ કાળો ધુમાડો છવાઈ ગયો હતો, તેવા સમયની વાત હશે તે બેહોશ પડ્યો હતો એવુ લાગતું હતું તે જે રૂમમાં હતો ત્યાંજ બ્લાસ્ટ થયો હશે. તે અચાનક હોશમાં આવ્યો અને આજુબાજુ જોવા લાગ્યો. તેના કાન સૂન મારી ગયા હતા. સફેદ સર્ટ આખો કાળો દેખાતો અને લોહી તેના ઉપર દેખાતું હતું. તેના માથામાંથી થોડુંક લોહી ટપકતું હતું. ઉભા થવાની કોશિશ કરતો હતો તો દીવાલ પકડી તે ઉભો તો થયો. હવે શું થયું હશે તે રૂમમાં તે જોવા ગયો તો તે રૂમમાં લાશ પડી હતી બધા છોકરાની. એમાં એમ છોકરો ધ્રૂજતો હતો તો તેની પાસે ગયો રોનક, અને તે છોકરા જોડે વાત કરવાની કોશિશ કરી.

"ઓએ, નિલેશ. જાગ ભાઈ જાગ. આપણે બહાર નીકળવું તો પડશે." રોતા અવાજે નિલેશનું ખોળામાં માથું રાખી કહ્યું.

"બહુજ વાર થઇ ગયી છે, તું મને નહીઁ પણ જે જીવે છે તેને બચાવી લેજે." અટકતા અવાજે, "હવે કોઈ આ બ્લાસ્ટમાં કે ફાયરિંગમાં મરવુ

ના જોઈએ, વચન આપ મને.” નિલેશ તૂટેલા અવાજે બોલ્યો.

“બધાને કંઈ નહીઁ થવા દઉં તેમાં તું આવી ગયો.” રોનક જવાબ આપતાં બોલ્યો.

આટલામાં લોહી લુહાણ થયેલો નિલેશ મારી ગયો અને રોનક જોરજોરથી રોવા માંડ્યો. ત્યાં તે જે રૂમમાં હતો ત્યાં બે ત્રણ આતંકવાદી આવતા હતા અને તે રોતો હતો ત્યારે તે અચાનક ઉભો થયો અને બંદૂક હોવા છતાં તે હાથેથી મારવા માંડ્યો. પૂરો ગુસ્સાના હતો એટલે જોરજોરથી મારતો હતો અને તે ત્રણેયને મારી નાખ્યાં તેને.

રોનક પછી તે નિલેશ જોડે જઈને રોવા માંડ્યો અને માથે હાથ મૂકીને મોટી બંદૂક એમ-4 લઈને તે નીકળ્યો. જેટલાં વચ્ચે આવતા તેને મારવા માંડતો. તે અલગ અલગ જગ્યાએ સલવાયેલ વિદ્યાર્થિનિ નીકળતો. અને સાવચેતીથી આગળ વધ્યો.

....

ભાગ 2 (સંબંધોનું જોડાણ)

હોસ્ટેલનું જીવન કંઈક આટલુ જ છે કે જ્યારે હોસ્ટેલમાં આવતા હોય તો ઘર છોડવાથી દુઃખ થાય અને જ્યારે છેલ્લો દિવસ આવે ત્યારે હોસ્ટેલ છોડતા દુઃખ થાય. આટલો જ સંબંધ છે હોસ્ટેલમાં. દુનિયામાં સૌથી વધારે મમ્મી પપ્પા જોડે શીખવા તો મળે, પણ ડર વગર કઈરીતે જીવાય તે આ હોસ્ટેલ શીખવાડી દે છે.

(એટેકના એક વર્ષ પહેલા)

મુખ્ય પાત્ર રોનક આ અમદાવાદની બી.એસ.જી કોલેજની હોસ્ટેલમાં આવી રહ્યો હતો. તેવા સમયની વાત છે હોસ્ટેલ હતી ઓ સેપમાં, ત્યાં વચ્ચે ખાલી જગ્યા, બે માળ. સવારનો સમય હતો અમુક

લોકો દરવાજાની બહાર બ્રશ કરતા હતા. રોનક ત્યાં આવ્યો તો બધા ગુરીને જોતા હતા. અમુક બ્રશ કરતા કરતા દરવાજા પર ટેકો દઈને સુતા હતા તો અમુક તૈયાર થઈને આમ તેમ આંટા મારતા તો અમુક કંઈક ભણવાનું ગોખતા. ગોખવું તે તો હોસ્ટેલના વિદ્યાર્થીની રગમાં હોય. તેવી જગ્યાએ રોનક આવ્યો હતો. તે પોતાનો રૂમ ગોતી ત્યાં પહોંચ્યો અને દરવાજો ખોલ્યો, એક વિદ્યાર્થી રૂમમાં કપડાં પહેરતો હતો અને આ ત્યાં પહોંચી ગયો દરવાજો ખોલીને.

"પૂછ્યા વગર આયો કેમ?" તે રૂમનો બીજો વિદ્યાર્થી નિલેશ હતો, તેને કહ્યું. (અત્રે યાદ અપાવું કે આ તેજ જે એટેકમાં ધાયલ થયો હતો.)

"કેમ, તે મને પૂછીને કપડાં પહેર્યા?" જવાબ આપતાં મોઢા પર સ્મિત સાથે રોનકે કહ્યું.

"ઓહહ, એમ તો મઝા આવશે."નિલેશે જવાબ આપતાં કહ્યું.

"જો ભાઈ, રોજ મસ્તી થયાં જશે. એક વાત યાદ રાખવાની, ખોટું નહીઁ લગાડવાનું."નિલેશે કહ્યું.

"હવે મારો પહેલો દિવસ છે, તારો કોલેજમાં પહેલો દિવસ હશે. હોસ્ટેલના બીજા બધા જોડે મળાવ!" રોનકે કહ્યું.

"બધું પછી, અત્યારે કોલેજ જવાનુ છે. પહેલા તો મારા મમ્મી પપ્પા માટે એક પ્યારી વહુ શોધવાની પછી બીજું." નિલેશે કહ્યું.

"તારા પપ્પાએ આવું નહીઁ કહ્યું હોય."રોનકે કહ્યું.

"હા તો કોના પપ્પા કહે આવું!" નિલેશે જણાવ્યું.

આટલી વાત થઈ તે હોસ્ટેલના બધાને મળાવી કોલેજ પહોંચ્યો. તો ત્યાં એ ક્લાસમાં જેવો જવા ગયો ત્યાંજ એક છોકરો તેની પાછળ ઠોકાઈ દોડવા માંડ્યો. તો તે રોનકે રોકવા કહ્યું પણ ઉભો ના રહ્યો. ત્યાં અચાનક પાછળથી ચાર પાંચ વિદ્યાર્થી દોડતા તેની પાછળ ભાગ્યા. તે જોઈ આશ્ચર્યમાં આવ્યો, નિલેશ બાજુમાં હતો.

"આ જવાદે બધું, આવું થયાં રાખશે. રોજનું થતું હશે આવું. કેમ કે પેલો આગળ ભાગ્યો તેને સરને જઈને કમ્પ્લેન કરી કે આ બધા તેને હેરાન કરે છે તો તેને વધારે ડરવા લાગ્યા."નિલેશે કહ્યું.

"એવા સમયે જ મારી જરૂર પડે બધાને."તે રોનકે ગુસ્સામાં કહ્યું અને તે એ લોકોની પાછળ દોડ્યો. નિલેશ રોકવા ગયો પણ મેળ પડતો નહોતો, કેમ કે રોનકને આવું ગમતું નહોતું અત્યાચાર એટલે.

રોનક છેક સુધી દોડ્યો અને પાછળના બધા આગળવાળાને મારવા જતા હતા ત્યાં આ વચ્ચે આવ્યો.

"તું છે કોણ બે, નવો હોય તો નવો રે."એક બોલ્યો.

"હું છું એકજ, બે નહીં. ડરેલા માણસને વધારે ના ડરાવીશ."રોનકે કહ્યું.

"ડરાવીશ, કરીશ શું?" એજ બોલ્યો.

"એની અંદરનો ડર પૂરો કરીશ."રોનકે કહ્યું.

આમ પછી આમની વચ્ચે બબાલ, મારામારી ચાલે છે. જો કે આ પાંચથી તો આખી કોલેજ અને તે બધા સર મેમ પણ ડરતા હતા. રોનકે સામી છાતીએ લડત આપી ત્યારે બધાને હાંસકરો થયો. અને ત્યાં રોનકે જણાવ્યું કે 'આવા લોકોથી ડરવાની જરૂર નથી, સામે લડવાની જરૂર છે. કેમકે આ કોલેજ છે, એકવાર ડર્યા તો કોલેજનું ભણતર પૂરું ના થઈ જય ત્યાં સુધી ડર રાખવાનો. અને હું તમે પાંચ, યાદ રાખો અમે નવા છીએ. પાર્ટી તો ગોઠવો અમારા માટે, ફ્રેશર્સ માટે.' બધાએ હા પાડી અને પાર્ટીનું આયોજન થયું.

કોલેજની વાત હશે પાર્ટીના આયોજન મસ્ત રીતે પૂરું થયું. ડાન્સ અને બધી ગેમ રમાડી મઝા કરવામાં આવી. ત્યારે રોનકે તે બધાને થેંક્યુ કહ્યું અને માફી પણ માંગી, એમ વાત પુરી કરી દીધી. પછી તેમને સમજાવ્યું કે તાકાતને સાચી જગ્યાએ જરૂર પડે ત્યાં વાપરવી જોઈએ. હવે રોનકને ક્યાં ખબર હતી કે તાકાતની જરૂર બહુજ વહેલા

પડવાની છે! આતો પછીની વાત રહી, પાર્ટી પતાવી રોનક હોસ્ટેલ પહોંચ્યો. નિલેશ પહેલાથી રૂમમાં આવી ગયો હતો અને રોનક ત્યાં ગયો ડાયરેક્ટ બેડ પર પડ્યો.

(રોનક અને નિલેશનો સંવાદ)

"અલ્યા તું સવારે બોલ્યો હતો, છોકરીને વહુ બનાવા માટે. કોઈ મળ્યું?"

"પહેલા દિવસે ભાવ પણ ના આપ્યો અને તું હીરો બની ગયો."

"ડરીને જીવતા નથી આવડતું. એ વાત છોડ એક છોકરીએ મને સ્માઈલ આપી."

"ક્યાં છે દેખાડ. જોવું છે કેવું હોય તે?"

"અલ્યા બળદ, તેને મોઢા ઉપર સ્મિત રાખ્યું."

"નવું લાયો, સ્મિત કોણ?"

"તારી, હમણાં સાંભળીશ મારાં મોઢાની." ગુસ્સામાં.

"અત્યાર સુધી શું, લખોટી રમતો હતો! તું બોલે હું સાંભળું છું. ચાલ આગળ વધ."

"પછી, મે પણ સ્માઈલ આપે. કહેવા જઉં તો લાઈન મારી."

"વાગી તો નથીને બહુ." ગુસ્સામાં આવ્યો રોનક, "આતો પૂછ્યું કદાચ લોહી નીકળ્યું હોય."

"તું મસ્તી ના કરે વાત સાંભળ." ગુસ્સામાં રોનક બોલ્યો.

"હા બોલ બોલ."

"પછી શું? હું તેની બાજુમાં ગયો ત્યારે વાત કરી થોડી. ફ્રેન્ડ બન્યા અમે."

"આ બધું તારા કાંડથી થયું. એ એક નહીં બધી છોકરી લાઈન મારે છે તને. એ બધું છોડ નામ શું હતું?"

"માધવી."

"માધવની માધવી."

"માધવ છે કોઈ?" આશ્ચર્ય સાથે.

"અરે તારી વાત કરું. જલસા કરો. છોકરી પટાવી લે પછી તેની બહેનપણીમાં મારું ગોઠવ."

"સોં ટકા."

એટલામાં રોનકને આવ્યો ફોન તે છોકરીનો. વાતો થવા માંડી. મઝાનું જીવન બન્યું આ.

(ભવિષ્ય પર નજર) એટેક થયો તે દિવસની અઠવાડિયા પહેલાની વાત.

રોનક રૂમના એક ખૂણામાં બેઠો બેઠો રોતો હતો. ધમપછાડા કરતો હતો, ના જાણે શું થયું હશે તેની જોડે? તે રહી શકે તેમ નહોતો. પંખા પર દોરડું લટકાવી રાખ્યું હતું. કદાચ ફાંસી ખાવાનો હશે.

....

ભાગ 3 (સમજણની શરૂઆત)

આમને આમ રોનક અને માધવી રોજ વાતો કરતા હતા. કોલેજ જાય તો જોડે બેસે, સાંજે હોસ્ટેલમાં નવરા હોય તો ફોન કરે. ક્યારેક તો રાતો નીકળી જતી. સેમિસ્ટરમાં એસ્સાઇમેન્ટ લખવાના આવે તે જોડે લખતા અને મઝા કરતા હતા આ બને. હોસ્ટેલમાંથી ભાગી જઈને પીચર જોવા જતા, બહાર જઈને બિન્દાસ જીવન જીવતા. તો એક દિવસ થયું એવુ કે રૂમની પાછળની બારીએ ઉભો રહીને રોનક વાત કરતો હતો માધવી જોડે, ત્યારે તેના ઉપરના રૂમમાંથી અવાજ આવતો હતો નાનો એવો. એમ લાગે કે ઘણા બધા તેમાં ભેગા થયાં હશે પણ અવાજ બંદ કરાવતા હોય તેવી વાત હતી.

"માધવી, હમણાં પછી ફોન કરું." ફોન મૂકી દેતા રોનકે કહ્યું.

પછી તરત એ પાછળની બાલ્કનીથી ઉપર ચડીને તે રૂમમાં ગયો. ચાર વિદ્યાર્થી હતા તે કંઈક કામ કરતા હતા. તેઓ કોઈ સિવિલ એન્જિનિરીંગમાં આવે તેવો પ્લાન દોરતા હતા. એમાં વાતો બંદ કરવાનું શું કારણ?

"શું બંટા, કેવા હાલચાલ? કામ કરતા રહો, આગળ વધતા રહો." રોનકે

કહ્યું.

"હા બરાબર." એક બોલ્યો.

બધા કામમાં પડ્યા હતા એટલે કંઈક બોલ્યા વગર આગળના દરવાજેથી નીકળી રૂમમાં પહોંચ્યો રોનક અને મનમાં વિચારતો હતો.

"જ્યારે હું રૂમમાં ગયો ત્યારે, આ લોકો પ્લાન દોરતા હતા સિવિલનો. હતો પ્લાન હોસ્ટેલનો અને કોલેજનો. કોલેજમાંથી પ્લાન દોરવાનું કહ્યું હોય વાત સાચી પણ તે અવાજ ઉપરથી એવુ લાગ્યુ કે ઉંમરમાં થોડાક તે મારા કરતા મોટા હોઈ શકે. કદાચ પાંચ છ વર્ષ મોટા હોય. આંકડો લખ્યો હતો પ્લાન પર પાછળ ફૂટ, મીટર જેવો કોઈ એકમ લખ્યો નહોતો. બધીજ વાત બરાબર પણ સૌથી વધારે અગરુ બધાના મોઢા પર ડર અને પરસેવો છવાયેલ હતો." એટલામાં નિલેશ ત્યાં પહોંચ્યો.

"શું વિચારે છે, ભાઈ?" નિલેશે પૂછ્યું.

"એક કામ કરીશ મારું?" રોનકે પૂછ્યુ.

"હા બોલ ભાઈ!" નિલેશે કહ્યું.

"સિવિલના ક્લાસના જજે તું બધા શું કામ કરી રહ્યા છે તે સાંજે મને કહે." રોનકે કહ્યું.

"છોકરી વિશે માહિતી કે બીજી?" નિલેશે પૂછ્યું.

"શું કામ કરતા હોય તે જોવાનું છે." રોનકે કહ્યું.

"હા વાંધો નહીં." નિલેશે કહ્યું.

નિલેશ પછી પોતાના કામમાં લાગી ગયો. સાંજે હોસ્ટેલ આવી રોનકને મળ્યો.

"જો રોનક, બધા લોકો કામમાં વ્યસ્ત હતા. સર્વેયરનું કામ હતું એટલે તે લોકોને લેબોરેટરી ડિપાર્ટમેન્ટનો પ્લાન બનવાનો હતો તો એ લોકોને કોલેજની બહાર કોઈ હોસ્પિટલમાં જવાના હતા. પ્લાન હતો નાનો એમ

લાગે તો હજુ આ લોકોનું ચાલુ થયું હશે શીખવાનું. બાકી છોકરી બે જ હતી, વાત કરવા ગયો તો એકલામાં બોલાવી લાફો માર્યો.” નિલેશે કહ્યું.

“વાંધો નહીઁ.” રોનકે કહ્યું.

“કેમ શું થયું તે કહ્યું નહીઁ?” નિલેશે પૂછ્યું.

“સમય આવતા તને કહી દઈશ.” રોનકે કહ્યું.

રોનક પૂરો વિચારમાં પડી ગયો હતો. સાંજે બધા જમવા જવા ગયા ત્યારે રોનક તેમના રૂમમાં જઈને આખા રૂમમાં નાની નાનો જગ્યાઓથી માંડી બધા પ્લાનના ફોટા પાડ્યા તેને. પછી તે જમવા ગયો હોલમાં, ત્યારે રોનક એ રૂમમાં લોકોને શોધતો હતો પણ તે મળ્યા નહીઁ. રાત અંધારું છવાઈ ગયેલ હતું, રોનક જમવા બેઠો હતો ત્યારે અચાનક અલગ અલગ સમયે તે પાંચ વિદ્યાર્થી અંદર આવ્યા અને પાંચેય અલગ જગ્યાએ બેઠા. તે પાંચેય રોનકને જોતા હતા. રોનક એવુ દેખાડતો હતો કે તેને કંઈક ખબર જ નથી અને પોતાની ધૂનમાં મસ્તી કરવા માંડ્યો. રોનક કદાચ કંઈક જાણતો હોવા છતાં ના જાણ્યા જેવી બધા જોડે વાતો અને મસ્તી કરતો હતો. રોનકને આ બધુંજ શોધવાની મઝા આવે તેવું વિચારતો હતો. તે જમીને આખા રસ્તે એકલો ગયો ત્યારે આ પાંચ વિદ્યાર્થી તેનો પીછો કરતા હતા. રોનકને ખબર હતી એટલે તેને માધવીને ફોન કરી વાત બદલવાની કોશિશ કરી.

“માધવી, રાતનો સમય છે મઝા આવી રહી છે.” રોનક બોલ્યો.

આવી તેમની વાત સાંભળી એ લોકોને લાગ્યુ કે કંઈજ વિચારતો નહીઁ હોય રોનક અને તે લોકો જતા રહ્યા.ખરી વાત એ રોનકે ફોન કર્યો જ નહોતો માધવીને. પછી તે લોકો નીકળ્યા તેમની પાછળ તે ગયો છુપાઈને. છેલ્લે તે હોસ્ટેલ બોલ્યા વગર પહોંચી ગયા. ત્યારે રોનક મનમાં વિચારતો હતો. “મારો પીછો કરવાની જરૂર પડી એટલે કંઈક મોટો કાંડ લાગે છે. આખો પ્લાન મારે સમજવો પડશે.

(થોડી ભવિષ્ય ઉપર નજર)

રોનક રાત્રે અંધારાના હોસ્ટેલથી થોડે દુર ગાર્ડનમાં ખૂણાના ભાગની દીવાલ આગળ ખોદતો હતો. ત્યાંથી તેને હથિયારનો ભંડાર મળ્યો. તેમાંથી નાની નાની બંદૂક તે લઈ ગયો.

....

ભાગ 4 (ગૂંચવણ)

બીજા દિવસે સવારે બેડ પર આંખો ખુલી રાખી સુતા સુતા બધું વિચારતો હતો. ત્યાં કચરાવાળો આવ્યો અને બુમ પડી ત્યારે આંખો પહોળી કરી અચાનક ઉભો થઈ મનમાં વિચાર્યું, "કચરાપેટીમાં કંઈક મળી રહેશે આમને બધું નાખ્યું હશે કંઈક."

પછી રોનક બોલ્યા વગર પાછળના રસ્તેથી મોંઢે કપડું બાંધીને કચરાપેટીની ગાડીમાં ગયો અને બધું શોધતો હતો કંઈક મળ્યું નહીં પરંતુ રોનકના ઉપરના રૂમમાંથી કચરો લઈને આવ્યો ત્યારે તે ભાઈની પાસે તે ટોપલી માંગી લીધી. એમ કહીને કે મારે એક કાગળ કામનું ખોવાયું છે, પછી તેને એ બધા કાગળ જોયા પરંતુ પ્લાન સિવાય કશું મળ્યું નહીં. છતાં પણ પ્લાન લઈને રૂમમાં ગયો. ત્યારબાદ નિલેશ તેને પૂછતો હતો કે આ બધું શું છે? તો રોનકે આખી વાત પહેલેથી છેલ્લે સુધી કરી દીધી.

"એટલે કંઈક મોટો પ્લાન કરતા હોય તેવું લાગે તને? કશું ના હોય બધા સ્ટુડન્ટ જ છે." નિલેશે કહ્યું.

"જો સ્ટુડન્ટ હતા તો પચીસ વર્ષે ઉપરના કેમ દેખાય છે? ગભરાય કેમ છે, મારો પીછો કેમ, અને મોટી વાત કોઈની સાથે ભળતા કેમ નથી?" રોનકે વિચારો રાખતા કહ્યું.

"એની ઈચ્છા." નિલેશે કહ્યું.

"છેલ્લી વાર મદદ કરી લે, જો તે સાચા હશે તો વાંધો નહીં." રોનકે કહ્યું.

"હા બોલ, કરવાનું શું?" નિલેશે પૂછ્યું.

પછી આખો પ્લાન તેને સમજવી ડે છે. પ્લાન મુજબ એવું હતું કે નિલેશના બધા પૈસા પર નિશાન કરીને એ પૈસા બાલ્કનીથી ઉપર ચઢી જ્યારે કોઈ રૂમમાં નહોતું ત્યારે બધા પૈસા તેના રૂમમાં છુપાવી લે છે. પછી પાછો આવી નિલેશ પાસે આવે છે, ત્યારબાદ રોનક બહુજ ઝડપથી આગળના રસ્તે ભાગી રહ્યો હતો અને નિલેશ ચોર ચોર બુમ પાડતો હતો. ત્યારે હોસ્ટેલના બધા છોકરા તેની પાછળ ભાગ્યા પણ તેને મોઢા પર રૂમાલ બાંધ્યો હતો અને કપડાં નવા પહેર્યા હતા એટલે કોઈ ઓળખી શક્યું નહીં. ત્યાંથી બહુજ દૂર ભાગી ગયો કોઈને દેખાયો નહીં. ત્યારબાદ હોસ્ટેલના પાછળના રસ્તેથી રોનક હોસ્ટેલના કોમન બાથરૂમમાંથી નીકળ્યો કપડાં બીજા હતા ત્યારે. અને બોલ્યો બધાની સામે શું થયું?

"ચોરી થઈ." નિલેશે કહ્યું.

"તો ક્યાં છે ચોર?" રોનક બોલ્યો.

"ભાગી ગયો." નિલેશે કહ્યું.

"કેટલી વાર થઈ?" રોનકે પૂછ્યું, કંઈ ખબર જ ના હોય તે રીતે.

"અડધો કલાક." નિલેશે કહ્યું.

"હોસ્ટેલના રૂમ ચેક કરો, ક્યાંથી પૈસા મળી જાય?" રોનકે કહ્યું.

પછી એ વાત માની નિલેશ પોતાના બધાનાં રૂમમાં તેની રીતે જોવા જાય છે. પેલા રૂમમાં પૈસા નીકળ્યા ત્યારે તે બધાને કહેવા ગયો કે તે પાંચ માણસો હતા. ત્યારે તેમને ઓફિસમાં બોલવામાં આવ્યા પછી તેમને વાતની ખબર જ નહોતી એટલે તેના રૂમમાં નિલેશ ચેક કરવા ગયો તો એક પેનડ્રાઈવ મળી. તેના રૂમને ધ્યાનથી ચેક કરવા રોનક માટે આનાથી સારો પ્લાન ના જડ્યો. પેનડ્રાઈવ રોનક પોતાના લેપટોપમાં લગાવી બધું જોવા માંડ્યો ત્યારે તે પેનડ્રાઈવ ખુલી નહીં. ડિકોડ કરવી પડે તેમ હતી, પણ રોનકને ડિકોડ કરતા આવડતું હતું કેમ કે તેને હેકિંગ

કરવાનો શોખ હતો એટલે એ જાતે બધું શીખતો. ડિકોર્ડ કરવાથી અમુક લોકોના ફોટા અને તારીખ મળી.

"અરે આ એકસો એકત્રીસ માણસોના ફોટા છે જેમાંથી પંદરથી વિશ જણા મેં કોલેજમાં જોયા છે. છવ્વીસ માર્ચે કંઈક કરવાનો પ્લાન છે." રોનક નિલેશને કહે છે. ત્યારબાદ એક પ્લાન જે લંબચોરસમાં એક ખૂણા આગળ ચોકડીનું નિશાન દેખાયું આટલુ જોતાંની સાથે ફાઈલ બધી કરપ્ત થઈ ગયી.

"વાયરસ ઘૂસેડ્યો છે આમાં." રોનકે કહ્યું.

"સમજ્યો નહીં હું કંઈ?" નિલેશે કહ્યું.

"એટલેકે તેમના લેપટોપ સિવાય કોઈ લેપટોપમાં આ પેનડ્રાઈવ નાખવામાં આવે તો ત્રીસ સેકન્ડ સુધી આઈપી એડ્રેસ ચેક કરશે અને નહીં મળે એડ્રેસ તો તે ફાઈલ ઉડી જશે." રોનકે કહ્યું.

"એટલે તું સાચો હતો." નિલેશે કહ્યું.

"પણ પેલો લંબચોરસમાં ચોકડી કોઈ ખૂણે બતાવી તેનું શું હશે?" રોનક કહ્યું.

"ભાઈ, હું તારા જેટલું નથી વિચારી શકતો. જે હોય તે ઝડપી કરજે છવ્વીસ માર્ચના બે અઠવાડિયા બાકી છે. પોલીસને કહેવા જવું છે?" નિલેશે પૂછ્યું.

"સાબિતી નથી, નહીં માને પોલીસ. આમને ખબર પડી ગયી કે પોલીસની સુધી વાત પહોંચી તો તે છવ્વીસ માર્ચે કરવાનાં છે તે સમય પહેલા કરી દેશે કામ. એટલે દાવ થશે. હવે આ લોકો બધાને પકડવાની જરૂર નથી. આપણે એ જોવાનું કે પ્લાનમાં શું દોરેલું અને પ્લાન કહેવા શું માંગે છે. આમને પ્રૂફ સહીત તેમને પકડીશુ તોજ પોલીસ માનસે." રોનકે કહ્યું.

"આપણી પોલીસ જ આવી છે ભારતની." નિલેશે નિશાસો નાખતા કહ્યું.

"પોલીસ તો બરાબર જ છે ભાઈ. ચેક તો આપણા કહેવા પર કરી દેત. છેલ્લે પછી દાવ થાત." રોનકે કહ્યું.

"તો પછી આ લોકોને ખબર પડી જશેને પેનડ્રાઈવ ગયી છે તો? તો વહેલા કામ નહીં કરે?" નિલેશે પૂછ્યું.

"પેનડ્રાઈવ તેમને હજુ ખોલી જ નથી. કેમ કે પેનડ્રાઈવ ગમે તેવી હોય, એક વાર પણ નાખો તો તેનું થોડુંક ઘસાયેલું દેખાય, તે દેખાતું નથી. બીજી વાત તેમના રૂમમાં મે ક્યાંય લેપટોપ કે કોમ્પ્યુટર જોયા નથી. ભણવા આવ્યા હોય તો એન્ડ્રોઈડ ફોન જોઈએ, તેમની પાસે નોકિયાના પાંચસો વાળા ડાબલા હતા. તેનો મતલબ હજુ સુધી તેમના હાથમાં લેપટોપ પણ આવ્યું નથી, પેનડ્રાઈવ તો નાખું દઉ છુટ્ટી તેમના રૂમના ખૂણામાં. તેમને એવુ લાગશે કે તે ગુસ્સામાં તોડી દીધી. એટલે તે પછી ફોન કરી લીડરને કહેશે, બીજુ કંઈક ઈસારા માટે. ત્યાં સુધીમાં આ ચોકડીનું નિશાનથી માંડી બધુંજ તપાસ કરી લઈશ હું." રોનકે કહ્યું.

"કોલેજનો કોઈ પ્લાન શું કહેવા માંગે?" નિલેશે પૂછ્યું.

"તેમાં કોઈ નિશાન નથી." વિચારના આવી જતા, "કોલેજનો એરિયા કેટલો? તપાસ કરો ફટાફટ." રોનકે કહ્યું.

(ભવિષ્ય પર નજર)

રોનકનો હાથ ફ્રેક્ચર છે અને તે અધમૂઈ હાલતમાં કોઈના ઘરે આવ્યો, પાટા બાંધેલા છે તેના શરીર પર માથે વાગેલું લોહી નીકળી રહ્યું છે. એવી હાલતમાં બંદૂકથી તેને કોઈને મારી નાખ્યો. કોણ????????

. . . .

ભાગ 5 (પ્રેમનું યુદ્ધ)

રોનક પછી જીવ લગાવી પીછો કરવા માંડ્યો. તે કોલેજના ધાબે જઈને દૂરબીનથી કોલેજ બાજુના ગાર્ડનમાં અબે બધી જગ્યાએ જોતો હતો, તે જોવામાં અને જોવામાં તેની ગર્લફ્રેન્ડ માધવી ગાર્ડનના ખૂણે જાડની પાછળ છુપાઈ કોઈ છોકરા જોડે ઈલુ ઈલુ કરતી હતી તે

દેખાયું. રોનક આશ્ચર્યમાં આવી ગયો અને તે જગ્યાએ દોડતો ગયો. રોનકનું મગજ અને હૃદય બંને સૂન મારી ગયું હતું તેને કંઈ સમજાયું નહીઁ અને તે સીધો ગયો તે જગ્યાએ અને તે બંને ને પકડ્યા.

"આ માધવી, છે શું આ બધું?" રોનકે તીખા અવાજે પૂછ્યું.

"બેસ્ટ ફ્રેન્ડ છે મારો." કશું થયું જ નથી તે રીતે જવાબ આપ્યો માધવીએ.

"મે બધુંજ જોયું ત્યાં ધાબેથી." રોનકે કહ્યું.

"તો તું મારી પર નજર રાખે છે." માધવીએ કહ્યું.

"નજર રાખતો હતો, કેમ કે ડર હતો તને ખોઈ દઈશ એનો." રોનક બીજું બોલવા જતો હતો પછી જવાબ બદલી કાઢ્યો.

"હા તો સાંભળી લે. મારો બોયફ્રેન્ડ છે તારાથી થાય એ કરી લે. હું આવીજ છું."માધવીએ કહ્યું.

"તો પછી મારી ફીલિંગનું શું?" રોનકે ડરેલ અવાજે પૂછ્યું.

"એ મારે નહીઁ જોવાનું. મારું જીવન મારી મરજી, તારે સમજ વિચારી પ્રેમ કરવો જોઈને, હું આવીજ છું." માધવીએ રોનકને વાગે તેવા અવાજે કહ્યું.

"હું નહીઁ રહી શકું તારી વગર, તારે આવું કરવું હતું તો પહેલા કહેવું હતુંને! હું આગળ વધીતે જ નહીઁ." રોનકે તૂટેલ અવાજે કહ્યું.

"જો, તારે જે કરવું હોય કર મને ભૂલી જા. હું હવે બીજા કોઈની છું. અને તું મારા વગર ના રહી શકે તો મરી જા, હા પણ એક ઉપકાર કરજે, ચિઠ્ઠીમાં લખ્યા વગર મરજે કેમ કે મને જેલ જવું પસંદ નથી." આટલુ બોલતાની સાથે માધવી જતી રહી.

રોનકને અત્યારે સાચવવો બહુજ અગરો હતો. આમતેમ ચાલ્યા જાય અને આંખમાંથી આંસુ નીકળતા હતા તેને માંડ માંડ રોકતો હતો. કોલેજમાં ગયો પણ ક્લાસમાં કોઈ ધ્યાન નહીઁ, નિલેશને તેને જોઈને એમ લાગ્યુ કે કંઈક મોટું હાથ લાગ્યુ હશે પણ આવું નહોતું. રોનક અને માધવી છુટ્ટા તો પડ્યા પણ રોનકને સાચવવો અગરો અને બીજું કે

ભવિષ્યમાં જે યુદ્ધનો સામનો કરવા રોનક તૈયાર હતો તે બધું ભૂલી ગયો. ક્લાસ પતાવી જમવા જવાને બદલે તે સીધો ગયો હોસ્ટેલ.

(ભાગ 2નો છેલો ફકરો.)

રોનક હોસ્ટેલમાં આવ્યો ત્યારે પહેલા પંખા પર દોરડું બાધ્યું દરવાજો બંદ કર્યો નર્હીં. જમવા ના આવ્યો એટલે નિલેશ પણ દોડતો પાછો આવતો હતો હોસ્ટેલ પણ ઘણો દુર હતો. ત્યારે રોનકના આંખમાંથી આંસુ રોકાતા નહોતા. તે ટેબલ પર ચડ્યો અને દોરડું ગળે બાંધવાની સાથે નિલેશ આવ્યો અને તરત તેને પેટ પર ધક્કો મારી નીચે ઉતાર્યો. (સંવાદ)

"બે આ કરતો શું હતો?" ગુસ્સામાં અને કંઈક જવાબ માંગવાની ગણતરીથી.

"માધવીએ દગો આપ્યો તો મરવા જતો હતો."

"એટલે શું મરી જવાનુ?"

"મને કંઈક ખબર જ નહોતી પડતી શું કરું?"

"ભાન છે કંઈ તને?"

"હમણાં કંઈક બોલતો નર્હીં આગળ. એક મિનિટ ચૂપ રે." પછી દરવાજા પાછળ જોઈને, કોઈ દેખાયું નર્હીં એટલે, "હા બોલ હવે."

"પહેલીવાર અને છેલ્લી વાત તને સમજવું છું. ભાઈ તે આ આખી કોલેજને બચાવા માટે પોતાનું બલિદાન આપવા રાહ જોઈ નથી. તું એક છોકરી માટે મરી ગયો તો આ કોલેજને બચાવવું મુશ્કેલ નર્હીં નામુમકીન જેવું થઈ જશે. કોઈ બચાઈ નર્હીં શકે. આજે આખી કોલેજને ખબર પણ નથી અને ખબર પડશે ત્યારે તું જ આ કોલેજનો હીરો બનીશ અને બધાને તારી ઉપર ઉમ્મીદ હશે કે તું એમને જીવતા બહાર નીકળીશ. જો કે કંઈજ નર્હીં થાય એવુ મને લાગે છે. પણ તું નર્હીં હોય તો કોઈ નર્હીં હોય. સાબિતી નથી બસ ખાલી વિચાર જ છે ખોટું થવાનું છે, એક છોકરી માટે આખી કોલેજને દાવ ઉપર લગાડવું તે તારા હાથમાં નથી. તું એક છોકરી માટે કોલેજનું બલિદાન ના આપ."

"કોણે કહ્યું, હું કોલેજનું બલિદાન આપું છું. હું બધું જ વિચારી કામ કરતો હતો. આ બધા આખો દિવસ મારી પાછળ જ રહે છે અને હું શું કરું છું કે કરવાનો છું તેની નજર રાખે છે આ લોકો. તો મે એક પ્લાન બનાવ્યો અને કહ્યું માધવીને કે કોઈ છોકરા જોડે ઇલુ ઇલુ કરજે અને મારી જોડે બ્રેક અપ કરજે. આવું કરવાથી હું રડીશ અને મારી હાલત ખરાબ થશે એવુ વર્તન કરીશ. મે પછી માધવીને બધુંજ કહી દીધું કે હોસ્ટેલમાં આવું થઇ રહ્યું છે એટલે તેને મને સાથ આપ્યો, પછી પ્લાન મુજબ તે અત્યાર સુધી પીછો કરતા રહ્યા. તું પણ પાછળ આવતો હતો કેમ કે તું ના આવત તો મને બચાવત કોણ? એટલે તારી સામું હું આવ્યો અને ઉદાસ થઇને બેઠો. તું પણ મારી પાછળ આવ્યો અને તે દરવાજા પાછળ છુપાયા અને તેમને એવુ લાગ્યુ કે આનું મગજ હવે ઠેકાણે નથી. હું કંઈ કરી નહીઁ શકું એવુ એમને લાગશે અને બધોજ પ્લાન હવે પાછળ હું કરીશ. આખી કોલેજને બચવાની જવાબદારી લીધી છે, મોસ્ટ ઓફ્ બધાને બચાવીને રહીશ. કદાચ બધાને!"
"ખરેખર તું મારાં મગજ બહારનો છે માણસ." હસતા મોઁઢે કહ્યું.

(ભવિષ્ય પર નજર)

        રોનક દોડતો હતો ત્યારે આમ માણસ જેવા કપડાં પહેર્યાં હતા અને એન એસ જી કમાન્ડોઍ તેને ગોળી મારી જે ખંભા પરથી નીકળી ગયી વાગીને.

....

ભાગ 6 (અવરોધ)

(નિલેશ અને રોનકનો સંવાદ)
"ભાઈ, તારા મગજને નહીઁ પહોઁચી વળાય."
"હા ચાલ મસ્કા ના મારે હવે. હવે પેલો પ્લાન સમજવો પડશે."
"કોલેજનો એરિયા કેટલો હશે?"
"3*1.6 કિલોમીટર સ્કવેર."

"અલ્યા પાંચસો મીટરમાટે કેમ્પસની બિલ્ડીંગ પુરી થઇ જાય એટલે પાછળ જંગલ જેવા વિસ્તારમાં ચાલતું જવાનુ?"

"તારે જવાનુ હું કંઇ આટલો ડેરિંગ વાળો માણસ નથી."

"આવાનો તો તું પણ. નહીંતો ઘરમાં ઘૂસીને મારીશ."

"હા ચાલ હવે આવીશ." ત્યાંથી બંન્ને નીકળી ગયા રસ્તામાં આગળ વધતા વાડો વચ્ચે આવતી હતી અમે કેટલાય મોટા પથ્થરો અને કેટલાય તૂટેલા જાડ આવતા હતા વચ્ચે.

"ત્રાસ છે તારી જોડે આયીને તો આવું જ થવાનું હતું ખબર હતી."

"હજુ સમય છે, પાછો જવો હોય તો જતો રે!"

"હું ચાલ્યો."

"બે ક્યાં ચાલ્યો, આમ તો ધુરંધર પ્લેયર જોડે લડી શકું પણ આવા રસ્તામાં તો મારી ફાટી પડી."

"તારી ફાટી પડી તો મારે તો જડમૂળમાંથી કપાઈ જવું પડશે."

"કાપવા હું જ બેઠો છું."

ત્યાં પછી આગળ લગભગ બે કિલોમીટર ચાલ્યા પછી રસ્તામાં નાગ દેવતાં રોનકને દેખાયા.

"ઓહહ, શિવ શિવ શિવ શિવ." આખો પહોળી થઇ ગયી.

"શું થયું લ્યા?" નિલેશને ખબર જ નથી.

"આગળ ના લેવાનું કંઇ છે કે ના દેવાનું."

"કેમ?"

"ગોગ મહારાજ દેખાઈ રહ્યા છે." ડરેલ અવાજે.

"ઓહહ, તારી હવે શું?" ખબર પડી ત્યારે તો આ ધ્રુજવા માંડ્યો.

"બે વાઈબ્રેટ ના મારીશ."

"તો શું કરું?"

"ઇસારો સટાકથી કરું, ફટાકથી ભાગ હું જિટાકથી ભાગવા માંડીશ."

"ખબર જ ના પડી."

"ભાગ, ફટાફટ. બળદિયા."

"બળદિયો ના ભાગી શકે, સુવર બોલ સુવર." બંને જણા ભાગતા ભાગતા."

"સાપ સીડી રમાઈ રહેલ છે."

"હા 99 ઉપર આવ્યાની સાથે કપાઈ પહેલા ઉપર આવી જઈશું."

"પહેલા પર નહીઁ સીધો કલ્ટી મારી ઉપર જતા રહીશું." ભાગતા ભાગતા.

"કૂતરું પાછળ પડયું તેમ ના દોડે, થોડુંક 360 પ્રતિ વેગની સ્પીડમાં દોડ."

"બે ટોપા પ્રવેગથી ઊંધા નથી ભાગવાનું!"

"આપણે ઊંધા જ જઈએ છીએને, ક્યાં જવાનુ હતું ક્યાં જઈ રહ્યા છીએ."

"હા એ વાત સાચી. અત્યારે જો કોન્સ્ટેબલ કે પોલીસ ઇન્સ્પેકટરની પરીક્ષા હોત તો પહેલા નંબર પર આપણે આવત. કેમ કે અત્યારે આપણે જે ભાગીયે છીએ મારા ખ્યાલથી 1 મિનિટનો 1 કિલોમીટર."

"એટલેજ આપણે હોસ્ટેલ પાછા પહોંચી ગયા."

"હવે તું જેવો બેસીસ પગમાં બળતરા થશે."

"બળતરા થાય ત્યારે થાય, બળી એટલે તો ભાગ્યા."

"ચાલ કંઈ નહીઁ. તું એકલો જજે હવે મારે આવવાનો મૂડ નથી રહ્યો. હું હોસ્ટેલમાં રૂમના જઈને શૂઈ જઈશ કેમ કે કાલે પોલીસની ડ્યુટી કરવાની. પાસ થઈ ગયો એટલે."

રોનક પછી જતે વિચારવા માંડ્યો અને રાત પડી. ત્યારે એ એકલો મોબાઈલની લાઈટ કરીને નીકળ્યો. કેટલુંય વચ્ચે આવતું હતું. નાની જીવાતના અવાજોથી ગભરાય જતો, ત્રણ કિલોમીટર કાપવા અગરા હતા, છેવટે તેને હિમ્મત ના હારી અને આગળ વધતો જ ગયો. ડર હતો મનમાં પણ હોસ્ટેલનું જીવન તેના હાથમાં હતું. તે નીકળ્યો ત્યાં એટલે તેને રસ્તામાં એક મોબાઈલ જડ્યો. મોબાઈલમાં પોતાનો મોબાઈલ યુ એસ બી કેબલ લગાવી હેક કર્યો તેને ફોન. પછી તેને એક

વાત જોવા મળી તેનાથી તે દંગ રહી ગયો અને મનમાં વિચારવા માંડ્યો, "મારો શકે સાચો હતો, છવ્વીસ તારીખે ફેરવેલ પાર્ટી બધાનાં પોતપોતાના ક્લાસમાં છે ત્યારેજ આ ફાયરિંગ સીધી કરવાનાં છે. મતલબ સીધો એટેક, 'હોસ્ટેલ અને કોલેજ એટેક' હું કંઈપણ કરીને બચાવીશ બધાને." આટલુ વિચાર્યા પછી થોડીક મોબાઈલની લાઈટ આગળ ફેરવે છે ત્યારે તેને માટી પહેલા ખોદી હોય તેવી લાગે છે. તે જરાય વિચાર્યા વગર તે ખોદવા માંડે છે. ત્યારે તેને એક બોક્સ મોટું જડે છે જે ઉપાડી નથી શકતો. જેવું બોક્સ ખોલે તેવોજ આશ્ચર્યમાં આવી જાય છે. કેમ કે તેમાં બંદૂકો, ગ્રેન્ડેડ, સ્નાઈપર, મશીન ગંન આટલુ હતું. આ અત્યાર સુધીનો સૌથી મોટો એટેક થવાનો હતો કેમ કે મશીન ગંન અને સ્નાઈપરનો હાલ સુધી એટેકમાં વાપરી નહોતી આતંકવાદીએ. એટલે પછી આને અમુક બંદૂકો લઈ લીધી, સ્પાઈપર અને મશીન ગનને લઈને થોડે દુર દફનાવી દીધી. પોતાની જોડે નાની નાની બંદૂક ચાર લઈ ગયો અને મેગેજીન પચાસ જેવી આમતેમ ખીચામાં મૂકીને તે હોસ્ટેલ ગયો. અને આ વાત હોસ્ટેલમાં આવીને નિલેશને જણાવી બંદૂક બતાવી.

"જીવનમાં પહેલીવાર જોવું છું!" નિલેશે આશ્ચર્ય સાથે કહ્યું.

"ચલાવી પણ પડશે." રોનકે કહ્યું.

"શું?" નિલેશે આશ્ચર્યમાં કહ્યું.

....

ભાગ 7 (યુદ્ધ)

"હવે સાબિતી પણ મળી ગયી, પોલીસને કહી દઈએ!" નિલેશે પૂછ્યું.

"હા, મારા કાકાનો છોકરો એન એસ જી કમાન્ડો છે, તેને કહી દઉં." રોનકે કહ્યું.

રોનકે કહ્યા અનુસાર ફોન કર્યો તેના ભાઈને અને બધીજ વાત જણાવી દીધી. ત્યારબાદ તે ઓફિસર તેના ચીફને કહી દીધું બધું.

(હવે તેમનો સંવાદ)

"કિતની માહિતી સચ હે?"

"મેરા ભાઈ હૈ સર, પ્રૂફ પહેલે દિયા બાદમેં સબ કુછ કહા."

"તો ફિર વોટ ક્યાં કરના ચાહતા થા?"

"વો, આર્મી ઓફિસર બનના ચાહતા થા, લેકિન ગ્રેજ્યુએટ હોના પહેલે ચાહતા હૈ. ઈસીલિયે અપને દિમાગ સે જો પહેલે કરના થા વો કર દિયા. વોટ ચાહતા હૈ કી પોલીસ કો ઔર ટ્રસ્ટી કો બોલને કે બાદ, કોલેજ ઔર હોસ્ટેલ ખાલી કર ડી જાય."

"બાત સહી કી હૈ. વો જો ચાહતા હૈ વો પહેલે કરદો. અભી વો જરૂરી હૈ. બાદમેં જો એટેક કરના ચાહતે થે ઉનકો તો વોટ પકડા દેંગા. સહીમે સેલ્યૂટ કરતા હું તેરે ભાઈ કો. જો અપને રિસ્ક પર સબ તલાસ કી ઉસને. મે મિલના ચાહુંગા ઔર રોનકકો પુરા દેશ ગર્વ સે દેખેંગા."

"ઓકે સર, રોનક જો ચાહતા હૈ વહી હોંગા."

૨૬ માર્ચને ત્રણ દિવસ બાકી હતા. રોનક અને નિલેશ સવારનો નાસ્તો કરી હોસ્ટેલ તરફ પાછા વળતા હતા. ત્યારનીજ વાત હશે કોલેજમાં બધા ક્લાસ ભરાઈ ગયા હતા. રોનક અને નિલેશને થોડા દિવસની રજા તેના ભાઈએ અપાવી દીધી હતી. કોલેજના બધા રસ્તા પર કોઈ દેખાતું નહોતું બધા પોતાના ક્લાસના હતા અને બધા સાહેબો તેમના ઓફિસ રૂમમાં બેઠા હતા.

ત્રણ દિવસની વાર હોવા છતાં ઓફિસ રૂમમાં ગ્રેડેડ બ્લાસ્ટ થયો. બધા ક્લાસમાં એક આતંકવાદી વિદ્યાર્થી હતો જ પહેલેથી એટલે તેને બધાને બહાર આવવા પર રોક લગાવી દીધી. આ બાજુ રોનક અને નિલેશ પુરા આશ્ચર્યમાં આવી ગયા. (તેમનો સંવાદ)

"રોનક આ શું થયું?"

"જે ડર હતો, એ જ થયું."

"ભાઈએ પોલીસ અને ટ્રસ્ટીને ફોન કર્યો હશે અને ત્યાંથી વાત બહાર પહોંચી હશે. તો આમને એટેક વહેલા કરી દીધો. જો કોલેજ ખાલી થઈ જાય તો કામ પોસિબલ નથી. અને ભાઈએ કીધું હતું મને, પોલીસનું નામ દિપક દવે છે. બચ્યો અહીંથી તો હું તેને પકડીશ. આ બ્લાસ્ટમાં ઘણાય માર્યા ગયા હશે, બધાનો જવાબ આપવો પડશે."

પછી તે હોસ્ટેલની નજીક પહોંચ્યા ત્યારે હોસ્ટેલના વિઘાર્થિને એ પાંચ લોકોએ પકડી રાખ્યા હતા. તો રોનક અને નિલેશ બને જણાએ કોન્ફરન્સ બ્લુટુથ કાનમાં ભરાવી પાછળની બાલ્કનીથી અંદર જતા હતા ત્યારે રોનકે એક બંદૂક નિલેશને આપી ત્યારે નિલેશ ડરતો હતો.

"જો નિલેશ સાંભળ, ઉપરવાળો આવો મોકો ભાગ્યેજ કોઈને આપતો હોય છે. આ મોકો માણસાઈ બતાવાનો છે. ડરની જરૂર નથી અહીં, હિમ્મતની જરૂર છે. કદાચ આપણે શહીદ પણ થઈ ગયા તો આ દેશ માનસે કે આપણે ઉપકાર લઈને ગયા તેમનો જે કોઈ ચૂકવી નહીં શકે. બધા વિઘાર્થીના વાલીની દુઆ આપણી જોડે છે. આપણે નહીં લડીએ તો કોઈ નહીં લડે. આપણને બધાને બચવાનો મોકો મળ્યો છે, બચાવી લઈએ બધાને. કદાચ આપણા બંનેમાંથી કોઈ બચી જાય કાતો બંને બચી જાય. ચાલ તને અમુક કહાની કહું." રોનકે કહ્યું.
મિશન ચેલેન્જ (અમદાવાદ એટેક.)
ભાગ 1 વિનાશ.

લડાઈ તો જ્યારે ભારત આઝાદ થયો ત્યારે પણ હતી અને અત્યારે પણ છે. એ લડાઈ ના બંદ થઈ હતી કે ના થશે. પંદર ઓગસ્ટ ઓગણીસોં સુડતાલિસના રોજ આઝાદ થયો આ દેશ પણ એક અંદરની વાત લઈને મોહમ્મદ અલી જીણાએ મુસ્લિમ માટે અલગ દેશની માંગ પહેલાથી કરેલી. તેમાં ગુજરાતનું જૂનાગઢ, હૈદરાબાદ તથા ભારતનું

કાશ્મીર વગેરે જેવા રાજ્યોને પાકિસ્તાનમાં ભેળવી દેવાની માંગ હતી પરંતુ ત્યાંની પ્રજા ભારતમાં રહેવા માંગતી હતી. ત્યારે સરદાર વલ્લભભાઈ પટેલ પોતે રજવાડાને એક કર્યા ભારતમાં રહેવા માટે. આ ભાગલાથી હિન્દૂ અને મુસ્લિમમાં એક મોટો ભાગ પડ્યો જે ભાગ આવનાર સમયનો સૌથી મોટી લડાઈની ચેતવણી હતી. મુસ્લિમમાં જે હિન્દૂ મુસ્લિમ હતા તેમનાથી ભારતને કંઈ ડર જેવું નહોતું. પાકિસ્તાન જમાત મુસ્લિમથી ડર હતો. હિન્દમાં રહેલ ભારતીય મુસ્લિમ એક થઈને રહ્યા હતા. અહીંયા તો બંને એક થઈને રહ્યા તો સાચું અને રાત્રે જમણવાર કોઈ દિવસ જોડે રાખતા તેની કહાની મિશન ચેલેન્જ સાથે તે કડી જોડાઈ રહેલ છે.

અત્યાર સુધીમાં ઘણા આતંકવાદી હુમલાને ટીવી પર જોયા છે, ઇતિહાસની ચોપડીમાં વાંચ્યા છે પણ એક હુમલો જે કોઈ ઇતિહાસની ચોપડીમાં લખેલો નથી કે પછી તેના પાછળનું રહસ્ય અત્યાર સુધીમાં શોધવું પણ કાઠું પડ્યું છે.

26 જુલાઈ 2008 અમદાવાદ આતંકવાદી હુમલો.

હુમલો મોટો હતો, પણ છપ્પન જણા ભોગ બન્યા હતા. અમદાવાદમાં બાપુનગર, નરોડા, નિકોલ, સિવિલ હોસ્પિટલ, કાલુપુર એમ ઘણાય એરિયા બૉમ્બ બ્લાસ્ટમાં લઈ લીધા હતા. ખરેખર આ અમદાવાદ માટે હેરાન કરે તેવી વાત હતી. ગુજરાતમાં કોઈ જગ્યાએ રહેનાર લોકો માટે અમદાવાદ એક ધંધા માટેનું સીટી, ભારતનું માન્ચેસ્ટર કહેવાય તેના માટે દર્દ નાયક દિવસ કહેવાયો. અમદાવાદમાં લોહીની લાઈનો દેખાવા માંડી, કાદવની જગ્યાએ માંસ ભરેલું નજર આવવા લાગ્યુ, કોઈના હાથ ધડમાંથી અલગ પડી ગયા તો કોઈનું માથું છૂટું પડી ગયું તો કોઈ કોઈનો જીવ બચવા ગયો તે શહીદ થઈ ગયા. બાપુનગરમાં સૌથી વધારે ભયાનક સ્થિતિ હતી ત્યાંથી ઘવાયા લોકોને એમ્બ્યુલન્સમાં લઈ જવાયા ત્યારે એમ્બ્યુલન્સમાં બૉમ્બ મૂકીને બ્લાસ્ટ

કરેલો. બીજી જગ્યાએથી સિવિલ હોસ્પિટલ લઇ જવાયા તો ત્યાં હોસ્પિટલમાં બૉમ્બ મુકેલો. મતલબ એટલો ભયાનક રૂપ ધારણ કરેલો હુમલો અમદાવાદ માટે એક શરમની વાત બની ગયી કે સૌથી સલામત જગ્યા કંઇ? કદાચ જે ઘરે બેઠા રહ્યા તે સલામત જગ્યા. લોકોના ઘરે ટીવી ચાલુ થતા સમાચારની પહેલી લાઇનથી લઇને આખુ હુમલા વિશે બતાવવામાં આવ્યું હતું. એક જ લાગતું બધાને કે આપણી સામે લોકો મરી રહ્યા છે. કેટલાય લોકો પોતાના સગા વહાલાને ફોન કરતા અને સમાચાર લેતા કોઇ પોતાનું તો હુમલામાં ઘવાયુ તો નથીને. બસ આ દિવસ આવો ભયંકર નીકળ્યો અને બીજા દિવસે એક વાત બધાના ચહેરા પર આવી ગયી તે છે "ડર". જે આતંકવાદી ઇચ્છતા હતા તે શક્ય બનીને સામે આવી ગયું. કોઇએ અપેક્ષા પણ નહોતી રાખી તે હાલત થઇ હતી. કોઇના છોકરાઓ આખી રાત ભૂખ્યા તરસ્યા ટ્યૂશન ક્લાસમાં બેઠા રહ્યા તેમના પરિવારના લોકો પણ પહોંચી શક્ય નહોતા. તો કોઇની સામે બૉમ્બ બ્લાસ્ટ જોઇને ઘરે પાછા આવ્યા હતા. અમદાવાદ ભડકે બળ્યું હતું આ દિવસે.

આ હુમલા પર એક વાર્તા લઇને આવ્યો છું. નરોડા વિસ્તારમાં એક સોસાયટીમાં બે જોડે ઘર છે તેમાં એક ઘરમાં હિન્દૂ પરિવાર અને બીજા ઘરમાં મુસ્લિમ પરિવાર રહેતો હતો. તેમાં મુસ્લિમ પરિવારમાં એક દીકરો અને દીકરી સાથે તેના મમ્મી પપ્પા અને હિન્દૂ પરિવારમાં એક દીકરો તેના મમ્મી પપ્પા.
(હિન્દૂ પરિવારઃ દીકરાનું નામ મિતેષ, તેમના પપ્પાનું નામ પિયુષ અને તેની મમ્મીનું નામ આશાબેન,
મુસ્લિમ પરિવારઃ દીકરાનું નામ એહસાન, દીકરીનું નામ નાઝીમાં, અને તેમાં મમ્મી પપ્પાનું નામ રેશ્મા અને ઇકબાલ.)

એ પરિવાર બંને ખુશી થી જીવન ગાળતા

હતા, મઝાથી જીવતા હતા પણ આ દિવસ લોહીની હોળી રમવી પડી.

હેમીલકુમાર: આ વાર્તા કોઈના જીવન પરિવાર લખાયેલ નથી. બસ ખાલી પરિવાર કેટલું મહત્વનું છે તે બતાવેલ છે. આભાર.
મિશન ચેલેન્જ: અમદાવાદ એટેક ભાગ 2
કહાની શરુ, મિશનની ચેલેન્જ

26 જુલાઈ 2019

અગિયાર વરસ પછી, અમદાવાદના ગામડા વિસ્તારમાં એક ઘર છે. તેમાં વિશથી પચીસ જણા લોહી લુહાર પડ્યા છે. ઘણા ખરા હલવાની કોશિશ કરે છે. હાડકાને હલાવી દુખતું શરીરને સીધું કરી એકબીજાની સામું બધા જોવે છે. અધમૂઈ અવસ્થામાં ઘણા લોકો એક બીજા પરિવાર ગોળી મારે છે. અને નવાઈની વાત એ છે બધા આર્મી ઓફિસર છે. કોઈ બહારનું માણસ નથી. અમુક લોકો મારી ગયા છે ને જે જીવતા છે તે એકબીજાને મારતા હોય, તેવું વાતાવરણ ઉભું થયું છે. કંઈ મારામારી ચાલુ થઈ તે અજાણ વાત છે. આ શું કોઈ અચાનક હુમલો કે પછી જાણી જોઈને થયેલો નક્કી સમય છે? તેનાથી વાત બહુજ અજાણ વાત છે. ચાલો છોડો આ વાતને.

26 જુલાઈ 2008 અમદાવાદ એટેક.

સમય: સાંજના 4 વાગે

બંને પરિવારના સભ્યો ઘર આંગણે બેઠા છે, દીકરા દીકરીની ઉંમર સત્તર અઢાર વરસની છે એમતો યુવાન પાણી છે છતાં

કંઈકને કંઈક વાતો કરી રમીને સમય પસાર કરે છે. અત્યારે ક્રિકેટ રમતા હોય છે અને વાતો થાય છે.

મિતેષ બોલ્યો. "એ ભાઈ, મારો દાવ તમે બંને જણાએ કાપી લીધો."

એહસાન બોલ્યો. "ગપ્પુ નહીઁ મારો, મારી બેન પછી મારો દાવ પાણી."

નાઝીમાં બોલી. "દાવ પાણી કરશો નહીઁ, મારે રમવું નહોતું તો પણ જબરદસ્તી તમે લઈને આવ્યા મને."

ત્યાં તરત મિતેષના પપ્પા પિયુષ આવીને બોલ્યા. "એહસાન, તારા પપ્પાને બોલાવ તો આપણે કાલે વાત થઈ હતી ખરીદી કરવા જવાની અને આખો દિવસ બહાર ફરવાની.

નાઝીમાં બોલી. "હા અબ્બુ તૈયાર થઈ ગયા છે, અમ્મી તો આશામાસી બંને જણા સોસાયટીની ગેટ બહાર ઉભા છે તૈયારી કરીને અમે ભૂલી નથી ગયા, કાકા. અબ્બુએ મોકલ્યા છે તે આવી ગયા જોવો."

મિતેષ બોલ્યો. "હા ચાલો તો મોડું નથી કરવું આપણે."

ઇકબાલ બહાર આવીને બોલ્યો. "હા ચાલો તૈયારી કરી લો. એ બધી વસ્તુ મુકીદો ચાલો."

મિતેષ બોલ્યો. "નાઝીમાં આજે ગુસ્સે લાગે છે."

ઇકબાલ બોલ્યો. "એ તો એને માથું દુખતું હતું, અને પરાણે રમવા લઈ ગયા. દવા આપી દીધી હવે ચાલો જઈયે."

બંને પરિવાર બહુજ ખુશ દેખાય છે અને બંને પરિવાર ભગવાન અને અલ્લાહ મેં ભેદ રાખતા નહોતા. મંદિર મસ્જિદ બંનેમાં જતા. હવે સમય આવ્યો બહુજ કઠિન. આ લોકો ત્યાંથી નીકળીને સૌથી પહેલા બાપુનગર હવેલી પહોંચ્યા. હવેલીની રચના જોવા માટે તે અંદર પણ ગયા, તે હતું મંદિર જે ઘણાય લોકો જોવા આવતા હતા. પિયુષએ ગાડી હવેલીની સામેના મોલમાં પાર્ક કરી હતી. પછી આ બંને પરિવાર હવેલીમાં ગયા. પિયુષ મોબાઈલ ભૂલી ગયો હતો અને તે લેવા માટે મિતેષને મોકલ્યો. મિતેષ ગયો ફોન લેવા.

નથી જાણ્યું જનકી નાથે કાલે શું થવાનું છે તો પણ મિતેષ તો માણસ હતો, બધા જ માણસ હતા અને આ કેવા ભગવાનનો બનાવેલ સમય કે ના જાણ્યું કયા પાપોની સજા મળી આ સમયે. મિતેષ ગાડીમાંથી જેવો ફોન કાઢી ગાડી બંધ કરી હવેલી તરફ જવા નીકળે છે તરત જ હવેલીમાં પહેલો બૉમ્બ બ્લાસ્ટ થાય છે. બાપુનગર પહેલા જ લેવાય ગયું હતું. મિતેષ એકલો બહાર હતો, લાલ ચોળ આંખો થઈ ગયી એની. તેને હજુ ખબર જ ના પડી એ તેની સામે શું થઈ રહ્યું છે? એમજ સમજી રહ્યો છે કે મારી સામું એક ભયાનક સપનું ચાલી રહ્યું છે પણ હકીકત માનવી તો પડશે. મિતેષ હૃદય પરિવાર જોર રાખી રોતો પણ નથી કે હવેલીને દૂર થી જોઈ રહ્યો છે. મિતેષની ડાબી બાજુ દૂર એક શાકની લારી ઉભી છે બધા આજુબાજુ ઉભા રહીને જોતા હતા, ત્યાં શાકની લારીની નીચે ના જાણે કોને બૉમ્બ મુક્યો હશે તે બ્લાસ્ટ થયો. મિતેષને તે બૉમ્બના થોડાક કણો અડ્યા અને હાથમાંથી લોહી નીકળવા લાગ્યુ. તે જોવા મંડ્યો કે છે શું આ કાણા પડ્યા છે તો હશે કંઈક. તે હાથને ખંખેરી એ વસ્તુ નીકાળે છે જે એને વાગી છે. તો તે વસ્તુ નીકળીએ લોખંડના છરા હતા. મતલબ આ કોઈ આર ડી એક્સ બૉમ્બ નહીં પણ કોઈ ઇલેક્ટ્રિક એન્જિનિરીંગ વાળાએ બનાવેલ સ્ટીલ પ્રેસર બૉમ્બ હતો. ત્યાં આજુબાજુ જોતા એક ભાઈ સાઈકલ પર એક થેલી

મૂકીને ભાગ્યો. તો મિતેષ તેનો પીછો કરવા માંડ્યો. એક અઢાર વરસના છોકરાએ લડાઈ હાથમાં લેવાનું વિચાર્યું. તે પીછો કરતા થોડે દૂર ગયો તો સાયકલમાં બ્લાસ્ટ થયો. તે આગળ ગયો ત્યારે તેની બાજુમાં એક ગલી પડતી હતી તે જગ્યાએ બે માણસો વાત કરતા હતા.

એક બોલ્યો. "બચી ગયા બધા."

બીજો બોલ્યો. "હા, સર. થોડાક મોડા પડ્યા આપણે."

એક બોલ્યો. "બ્લાસ્ટ સમય કરતા વહેલા કરવો પડ્યો."

આટલી વાત સાંભળી મિતેષ તે લાઈનમાં જય છે.

મિતેષ ગુસ્સામાં બોલ્યો. "ખુશ થઈ ગયા તમે બંને. મઝા આવી ગયી આ બધુજ જોઈને?"

બીજો માણસ બોલ્યો. "કોણ છે ભાઈ તું? ખબર છે કંઈ તને, કોની જોડે વાત કરે?"
ત્યાં પહેલો માણસ તેને રોકે છે અને ઈસારામાં બોલવાની ના પાડે છે.
મિતેષ બોલ્યો. "હમણાં પાંચ મિનિટ પહેલા મારું આખુ પરિવાર હવેલીના બ્લાસ્ટમાં ભડથું થયી ગયા. મરી ગયા બધા. તમારા જેવા લોકોના લીધે કોઈ શાંતિથી હરિ ફરિ સકતા પણ નથી. વધારે લપ કરવા માંગતો નથી. તારા બંનેના ચહેરા મેં યાર રાખ્યા છે. હવે હું મિતેષ, આગળના દસ વરસમાં બધીજ પ્રકારની ટ્રેનિંગ લઈને તારી સામું આવીશ અને ફેસ ટુ ફેસ તારી સામું આવીને બદલો લઈશ. કોઈ પાછળથી વાર નહીં અને અને આની પાછળના જેટલાં પણ લોકો હશે તે બધાને હું મારી નાખીસ. આજે મારું મિશન છે અને આજ મારી ચેલેન્જ. તારી સામું આ મિશનની ચેલેન્જ કરી રહ્યો છું. તારી જોડે સમય છે હું એકલો

છું હમણાં મને મારી શકે છે તું પણ જ્યારે દસ વરસ પછી આવીશ ત્યારે મોકો પણ નહીઁ આપું. મારતો હોય તો મારી નાખ."

એક બોલ્યો. "ના ના. હું તને અત્યારે નહીઁ મારું. તને મારવાની મઝા દસ વરસ પછી જ આવશે. તારી ચેલેન્જ મંજુર છે."

મિશન ચેલેન્જ

ભાગ 3 (તૈયારી)

મિતેષ આટલુ બોલીને ત્યાંથી જતો રહ્યો, આતંકવાદીએ કંઈજ કહ્યું નહીઁ. તેવા સમયે ત્યાં સાત બ્લાસ્ટ બાપુનગર અને તેનાથી પણ વધારે થયાં. હવે આ અંધકાર દિવસ અમદાવાદ માટે જાણીતો થયો. મિતેષ ઘરે રહીને આ સમાચાર જોતો અને તેના મમ્મી પપ્પા મળ્યા કે નહીઁ તેની તપાસ કરતો. આ વાત સાથે મિતેષના દિવસો વીતવા લાગ્યા. પછી 26/11નો એટેક થયો, ત્યારે મિતેષ નાની ઉંમરમાં બધું તપાસ કરતો રહ્યો.

આ નાનો છોકરો અઢાર વર્ષને કંઈ દુનિયાદારીનું ભાન પડે નહીઁ અને તે આવા સમયે પહોંચ્યો મુંબઈ. તેને આ દિવસ પણ આંખની સામું જોયો. બધીજ બાજુ જોઈને જ્યાં જ્યાં એટેક થયો તે જગ્યાએ જઈને તપાસ કરવા લાગ્યો. કોઈને કહેતો નહીઁ, અને થોડા સમાચાર મળ્યા કે આ બધા દરિયો પાર કરીને આવ્યા, તો આ જતે જ હોડી લઈને તે રસ્તે નીકળી ગયો. અને થોડા મહિનામાં જે રીતે આતંકવાદી અહીઁ આવ્યા હતા તે રીતે મિતેષ અલ્તાફ નામ ધારણ કરી ત્યાં પહોંચ્યો. હવે વાત કે પરિવારની જરૂર હતી તો તે ખોટું આઈ ડી બતાવીને પહોંચી ગયો. ત્યાં ચાની કીટલી પર નોકરી કરવા લાગ્યો અને બધુંજ નક્કી કરતો કે આ બધું કરનાર ગેંગ કોણઃ છે? તો તેને એક ગેંગ મળી જેનું નામ ઈસ્માઈલભાઈમાં નામથી જાણવા મળતું. તો આ ડાઈરેક્ટ ત્યાં ઈસ્માઈલભાઈના એરિયામાં જતો રહ્યો જે નાનો છોકરો

હતો. ત્યાં જઈને બધા જોડે વાત કરી છેલ્લે ઈસ્માઈલ જોડે પહોંચી ગયો.

"બહાર સે બાતે મિલતીથી, ઉસસે જ્યાદા આપ નિકલે!" હિન્દીમાં સંવાદ મિતેષ જેનું નામ અલ્તાફ અને ઈસ્માઈલ જોડે.
"તુમ કુછ કરના ચાહતે હો!"
"પુરી ઝીંદગી ઐસે હી ચાય બેચા, હોટેલ મે કામ કિયા. અબ જન્નત કે લિયે કરના ચાહતા હું."
"તુજે ક્યાં માલુમ હે,, હમારે બારેમે?"
"26 તારીખ હી માલુમ હે."
"તો તુમ મુકમલ હો કર અલાહ કે દરબારમે જન્નત પાના ચાહતે હો. મિલેગી જન્નત."

આવી રીતે પછી તેની જોડે જોડાયો, બે વર્ષ વીતી ગયા. ફૂલ ટ્રેનિંગ કરાવ્યો ઈસ્માઈલ. છેલ્લે પછી ત્રણ વર્ષની ટ્રેનિંગ બાદ તેને એટેક માટે તૈયાર કરવામાં આવ્યો. આ વખતે આખુ ગુજરાતને શિકાર બનાવવામાં આવેલ હતું. તો તેને નક્કી કર્યું કે હવે સમય પાછો ગુજરાત આવાનો થયો. કરાચી બંદરથી કંડલા બંદર જવાનુ હતું ફરીને. તો આને પહેલા જ પોલીસને કંડલા બંદર પહોંચાડી દીધી. અને જે હોડીમાં આવતા હતા બધા તે મિતેષે બધાને મારી રાખ્યા. અને ઈસ્માઈલને ત્યાં ટાઈમ બૉમ્બ મૂકીને આવેલો તો તે આખી ગેંગને ઉડાવી દીધી. તે ભારતમાં ગુજરાત પહોંચ્યો. ત્યારબાદ તેને કોર્ટમાં લઈ ગયા અને પછી તેને કોર્ટમાં કહેવામાં આવ્યું કે પોલીસને પકડાવી દે તો કોઈ પ્રોબ્લેમ હતો?

"હા હતો પ્રોબ્લેમ, જજ સર. હું ત્યાં પાંચ વર્ષ પહેલા અમદાવાદ હતો ત્યારે એટેક થયો પછી એ આતંકવાદીને શોધવામાં આવ્યા.. જો કંઈ બની રહ્યું તો તેને શોધો ના બને ત્યાં સુધી કંઈ નહીઁ કરવાનું. મને ત્યાં ખબર છે

કે કાંડ થવાનો તો સુ તે થવાની રાહ જોવાત? પોલીસને પ્રુફ આપવા રહેતા! નહીઁ મારી જોડે જે હતું તે ઠોકીને મારી નાખ્યાં. મારો ભાઈ પણ મુસ્લિમ છે સર, આ લોકો મુસ્લિમના નામે હિન્દૂ વાસીને મારે છે. નાનો છોકરો હોય તેને શું ભાન પડે? તેને જન્મથી જ હિન્દૂ વિરુદ્ધ ભડકાવી દેવામાં આવે એટલે તેને પ્રેમની ભાષા જ ના ખબર પડે. સમજવા જઈએ તો માને નહીઁ. તો પછી આખુ એમનું બેઝ જ પતાવી આવી ગયો. આ લોકોને હિન્દૂ મુસ્લિમમાં મુસ્લિમ કહીને ભડકાવે છે અને મારા માટે હિન્દૂ મુસ્લિમ અલગ નથી, બસ મારી સામું એક ઇન્ડિયા છે જેમાં હિન્દૂ મુસ્લિમ શીખ કે પછી કોઈ પણ હોય આ ધરતી પર રહેનાર બધા જ ઇન્ડિયન છે. અને આટલુ કર્યાં છતાં તમે મને સજા આપો તો હું એ પબ્લિકને કહેવા ઈચ્છું છું. કે તે આતંકવાદી આતંક ફેલાવે, નિર્દોષ પ્રજા મરે પછી એક્સન લેવાનો! કે પછી ખબર છે કે આવું કરવાનાં ત્યારેજ એક્સન લેવાનો? જો મારી વાત સાચી લાગે તો ફરી ભારતમાતા માટે મને એક બીજું બલિદાન આપવા દો.”

મિતેષના પક્ષમાં રહી ફેસલો આવ્યો અને તેને રો એજન્ટ બનાવામાં આવ્યો.
મિશન ચેલેન્જ ભાગ 4 (આમંત્રણ)

દિલ્લીમાં રો ઓફિસે મિતેષને બોલવામાં આવ્યો ત્યારે તેને ગુજરાત માટે નક્કી કરેલ હતો. તેનું સ્વાગત કરવામાં આવ્યું અને તેને ભાસણ આપવા બોલાવ્યો.

તે મિતેષ બધાને સમજવતા બોલ્યો, ‘હું મિતેષ. બાળપણ તો ઘર જોડે વીત્યું મારું પણ સમજવાની ઉંમરે મારું ઘર જ મારાથી દૂર જતું રહ્યું. મારી જોડે રહેવા માટે બસ એક ઘર હતું તેમાં રહેનાર માણસો ના રહ્યા. એવી હાલતમાં મે દિવસો કાઢ્યા. પછી તે નવેમ્બરે તાજ એટેક થયો ત્યારે હું પાકિસ્તાનમાં ઘૂસવામાં સફળ થયો. બાકી પછીનું બધું તમને ખબર છે.

અમુક લોકોને એમજ લાગતું હોય કે મારા જેવા કેટલાય પરિવારના માણસો ત્યાં મર્યાં હશે. કેટલાય અનાથ થયાં હશે, કેટલાય છોકરા વિનાના થયાં હશે, કેટલાયના રોજીરોટી કમાવનાર એક માણસ ત્યાં શહીદ થયાં હશે, કેટલાય નિર્દોષ મર્યાં હશે. હવે વાત એ છે કે અત્યાર સુધીમાં એક જ વાત આવીને અટકી રહી મારા મગજમાં. એ વાત એમ છે કે જુર્મ થાય પછી ખબર પડે, હું જુર્મ પહેલા ખબર પાડવા ઈચ્છું છું કે આવું થવાનું છે. આ સાબિત રો કરી શકે, કેમ કે તેમને એ ટ્રેનિંગ આપવામાં આવેલી હોય છે. આવી ટ્રેનિંગ સાથે રો ઓફિસર મગજ દોડાવી ક્રાઈમ કરવાવાળાને બીજા દેશમાં જઈને પકડતા હોય છે. આ બધી વાત મુવીમાં દેખાય સારી પણ ખરેખર વાત એ છે, આ કરવું મુશ્કેલ જ નહીં નામુમકીન હોય છે. આજ નામુમકીનને હું મુમકીન કરીને આવી ગયો છું. મે ત્યાં ટ્રેનિંગ શીખી અને એમને મને ત્યાંના દેશદ્રોહીને મારવાનું શીખવાડ્યું. હું કહું છું પાકિસ્તાનના નિર્દોષ પ્રજા માટે કોઈ દેશદ્રોહી નથી. જે છે તે આઈ એસ આઈ ચલાવી, એટેક શીખવાડી અને ભારત વિશે ભડકાવી તે પ્રજાને મારતા હોય છે. હવે એક વાત છે ધ્યાનથી સાંભળજો. તે વાત એવી છે કે 'નિર્દોષ પ્રજાને કેમ મારવામાં આવે છે?' કેમ કે અહીંયાના આર્મી કમાન્ડર, રો ઓફિસર, પોલીસ કે પછી કોઈ પણ દેશની સેવા કરતો હશે તેને મારવાની આમનામાં તાકાત જ નથી. તો આ પ્રજાને મારીને ડરાવે છે. પ્રજાની અંદર એ ડર રહેવો જોઈએ નહીં. આપણા જેવાને મારતા એ લોકો ગભરાય છે એટલા માટે કેમ કે આપણા જેવા ઉભા તેને ચીરી નાખીયે. બચાવ કરવો અને બચાવ કરતા શહીદ થવું દેશ માટે તે સૌથી ગર્વની વાત કરવામાં આવી છે. આટલી વાત કરીશ વધારે નહીં. આપણને આપણી ખૂબીથી આ કામ માટે સિલેક્ટ કરેલા છે, તો ભારતમાંનું નામ ક્યારેય ડૂબવા નહીં દઈએ. જય હિન્દ.'

એટલામાં તાળિયોનો ગડગડાટ થાય છે. હવે થયું એવુ તે સ્ટેજ પરથી નીચે ઉતારતો હોય ત્યારે એક માણસ દરવાજા જોડે

મોઢા પર સાલ બાંધીને ઉભો હતો. તે મિતેષ જોવે છે. તે જેમ જેમ દરવાજા જોડે જાય છે તે માણસનું મોઢું જોવાની કોશિશ કરતો હતો મિતેષ, પરંતુ જોઈ શકતો નથી. તે પછી અચાનક દોડવા મડિ છે, તો મિતેષ પીછો કરે છે. દિલ્લી એટલે કે ભારતની જમીન પર પહેલું કામ મિતેષનું ચાલુ થયું આ અંજાણ્યા માણસને પકડવાનું કામ.

તે માણસની પાછળ મિતેષ દોડ્યો, તે બહુજ ઝડપથી દોડતો હતો. મિતેષ તેની નજીક પહોંચ્યો અને સાલ તેના મોઢા પરથી ખેંચી લીધી. છતાં તેનું મોઢું આગળની બાજુ હોવાથી જોઈ ના શક્યો મિતેષ. છેવટે નીચે ગાડી પડી હતી તે માણસની, તે ગાડી લઈને ભાગ્યો. પાછળ મિતેષ પણ ગાડી લઈને ભાગ્યો. બહુજ પીછો કર્યા પછી તે માણસના મદદ કરનાર તેના માણસો આવ્યા. તેને મિતેષનો મામૂલી એક્સીડેન્ટ કર્યો જેનાથી થોડુંક એવુ વાગ્યું તેને. તેને હોસ્પિટલમાં લાવવામાં આવ્યો ત્યાં રોઓફિસના ચીફ કમાન્ડર લલિતભાઈ આવ્યા. (લલિત અને મિતેષનો સંવાદ)
"વધારે વાગ્યું તો નથી ને?"
"વાગેત જ નહીઁ, કેમ કે જાણી જોઈને નાનો એક્સીડેન્ટ કર્યો હતો."
"એવુ કંઈ રીતે નક્કી થયું, કે આ નાની વાત હશે?"
"હું જ્યારે ભાગ્યો, ત્યારે દસથી પંદર સેકન્ડ પછી બધા ઓફિસર મારી પાછળ આવ્યા હતા. આટલો સમયનો ફેર હતો. હવે વાત એવી છે તેને બચવા સાત ગાડીમાં અલગ અલગ માણસો આવ્યા હતા જેમની પાસે બંદૂક પણ હતી, મારી જોડે એમાંથી કશુ જ નહીઁ. એ ઈચ્છતા હોત તો મને મારી શકેત, છતાં મને માર્યો નહીઁ પણ ગાડીના ટાયર પર ગોળી ચલાવી. હું વચ્ચે એકદમ સલવાઈ ગયો હતો છતાં એ મને માર્યા વગર ભાગી ગયા."
"એ બચાવા કેમ ઈચ્છતા હશે?"
"કદાચ મને એક મેસેજ પણ આપતાં હોય, આતંકવાદી જ હશે આપણી

પણ નજર રાખતા હશે. વાત એવી છે મેસેજ એવો હોઈ શકે કે મે એમનું આખુ કામ બગાડી આવ્યો અહીં, તો એ આપણું કામ બગાડે તે હું મારી આંખે જોવું. ચોખ્ખી ચેલેન્જ આપવા ઇચ્છતા હશે કે બચાવીને જો હવે દેશને. અમે મને ચેલેન્જ બહુજ પસંદ છે. મને મારી ના નાખ્યો એ એની સૌથી મોટી ભૂલ.''

મિશન ચેલેન્જ ભાગ 5

લલિતભાઈ ત્યાંથી જતો રહ્યો અને ત્યારપછી મિતેષે ફોન કર્યો કોઈને અને પછી કહ્યું, ''બસ, આવી રીતે આગળ વધો મઝા આવશે. જો કે હજુ થોડી ગાડીની સ્પીડ ઓછી રાખી હોત તો પકડાઈ જાત તું. કંઈ વાંધો નહીં આગળથી ધ્યાન રાખજે.'' ફોન મૂકી દીધો પછી મનમાં મિતેષ વિચારતો હતો.

''હવે, ભારતમાં લાગશે કે આટલુ બધું મે પૂરું કર્યું કામ તેનો જવાબ આપવા આતંકવાદી આવી રહ્યા હશે તો આખી ફોર્સ તે લોકોને શોધમાં પડશે. ત્યારે કોઈ આતંકવાદી રિસ્ક નહીં લે. એનાથી મારે ઉંધુ જવું પડશે. કેમ કે આ એક્સીડિન્ટથી લોકોને એવુજ લાગ્યુ છે કે આંતકવાદીએ કરાવ્યો હશે. જો કે મે જ પૈસા આપીને કરાવ્યો છે એક્સીડિન્ટ. હવે શોધો કોણે એક્સીડિન્ટ કર્યો. હું આતંકવાદી સંગઠનને જડમૂળમાંથી ઉખાડી નાખીસ, વાઢી નાખીસ સંગઠનને.''

આ સમાચાર ન્યુઝમાં આવવા લાગ્યા ત્યારે મિતેષ ખુશ થયો. અને શરૂઆતમાં બોમ્બ બ્લાસ્ટ વખતે જે આતંકવાદી તેને મળ્યો હતો અને ચેલેન્જ લગાવી હતી તે કોલકાતામાં બેઠો હતો ઘરે, એ માણસે આ ન્યુઝ જોઈને ખુશ થયો.

ત્યારે આ બાજુ દિલ્હીમાં થોડા દિવસ જતા મિતેષને સરખું થઈ ગયું અને તે ઓફિસે પાછો આવ્યો.
(લલિત અને મિતેષનો સંવાદ)

"કંઈ ખબર પડી કોણ હતો તે માણસ?"

"હા, જયારે અમદાવાદમાં બ્લાસ્ટ થયો હતો ત્યારે જે માણસને મે ચેલેન્જ આપી હતી તે."

"નામ એનું કંઈ?"

"મહોમદ મુસ્તફા."

"એના વિશે કોઈ જાણકારી?"

"નામ બાકી તે છે ભૂત. કેમ કે ભૂતની જેમ ગાયબ થઈ જાય છે. છતાં હું શોધી લઈશ. મને કોલકાતા જવાની પરમિશન આપો."

"કેમ તારે કોલકાતા જાવુ છે?"

"મિશન મારું, કામ મારું, હું એકલો જ જાણતો હોઈશ બધું."

"ઓકે, જા તું અહીંનું બધું હું સાચવી લઈશ. પાછો એક્સીડિન્ટ ના કરતો."

"નહીં થાય વિશ્વાસ રાખો."

       ત્યાંથી મિતેષ જતો રહ્યો. કોલકાતા જવાની તૈયારી એને કરી જે ઘરે કપડાં લેવા આવ્યો હતો. થયું એવુ કે તેના પાડોશીમાં બધા બ્લાસ્ટમાં મરી ગાયબ હતા, તો પણ તે મિતેષ એહસાન અને નાઝિમાના ફોટા પરથી માળા હટાવી દે છે.

       હવે માળા હટાવી કેમ બ્લાસ્ટમાં તો તે મરી ગયા હતા, તો જીવતા કેમ? તે મિતેષ કોલકાતા જવા રવાના થાય છે ત્યારે બધું વિચારી રહ્યો હતો કે એ દિવસે શું થયું હતું. 'હતું એવુ કે મુસ્તફાને ચેલેન્જ આપી જયારે પાછો હવેલી બાજુ આવ્યો હતો તે એટલે તેના આ બંને ભાઈ બહેન બહાર ઉભા રહીને રોતા હતા. મિતેષ તે જોઈને ચોંકી ગયો, તે લોકો અંદર હતા તો બહાર આવી બચ્યા કેમ? તો થયું હતું એવુ કે હવેલીમાં બધું જોતા જોતા એહસાનને વોશરૂમ જવું હતું તો તે બહાર આવ્યો હતો, એહસાનનો ફોન તેના પપ્પા જોડે હતો તો તેને નાઝિમાને આપી એહસાનને આપવાનું કહ્યું. એટલે તે પણ બહાર આવી ગયી અને

બંને જણ બચી ગયા.'

આંઠ કલાકે કોલકાતા પહોંચ્યો સીધો મુસ્તફાના ઘરે, અને મુસ્તફાને ગળે મળ્યો મિતેષ. આવું કંઈ રીતે? જીવના દુશ્મન આજે ગળે મળી રહ્યા છે આવું કેમ? એવુ શું થયું હતું મે મિતેષે મુસ્તફાને મારવાની ધમકી આપી હતી ભવિષ્યમાં આવીને, તો આતો ગળે મળી રહ્યા છે? આવું કંઈ રીતે થયું.

(અત્રે યાદ આપવાનું રહ્યું, છેલ્લા ફકરાની માહિતી ભાગ 2માં મળશે.)
મિશન ચેલેન્જ ભાગ 6

હકીકત બીજી જ કંઈક હતી. હતું એવુ કે જ્યારે મિતેષ પાકિસ્તાન ગયો હતો ત્યારે ઇસ્માઇલની લેબમાં આ મુસ્તફાનો ફોટો જોયો હતો અને તે આઈબીમાં કામ કરતો હતો, દેશ માટે કામ કરતો હતો.

એ દિવસે બ્લાસ્ટ થયો હતો અને તેના ભાઈ બહેન બચ્યા હતા તેને ફોન કરીને મિતેષે મુસ્તફાને શોધવાનું કહ્યું હતું. જ્યારે મળ્યો ત્યારે તેને કહ્યું હજુ કે એટેકના દિવસે મુસ્તફા એવુ બોલ્યો હતો કે 'બચી ગયો.' એનો મતલબ એવો હતો કે આતંકવાદી બચી ગયો તેનાથી ane વહેલા એટેક થઈ ગયો. પછી અત્યારે આ બંને જણા મળી ગયા અને હવે બીજો પ્લાન બનતા હતા.

"હવે શું પ્લાન છે?" મુસ્તફાએ કહ્યું.
"મિશન પૂરું કરવાનો સમય આવી ગયો છે. આપણને શોધવામાં આવી રહ્યા છે." મિતેષે કહ્યું.
"તો હવે શું?" એહસાને કહ્યું.
"અમદાવાદની ધરતી પર મારીશ હું. તું એક કામ કરી એહસાન મારો ફોટો લઈને રો ઓફિસની સાઇટ પર લખ કે અમદાવાદ હું જઈ રહ્યો છું

ઘરે મારા. એક વિડિઓ પણ બનાવ મુસ્તફાએ મને મારવા માટે એક્સીડિન્ટ કરવાનો પ્લાન કરી ઓફિસની બહાર નીકળ્યો હતો. એનો મતલબ રો ઓફિસવાળા તેવું સમજશે કે અમદાવાદમાં ક્યાંક મુસ્તફાને શોધવા ગયો હશે. મુસ્તફા નામ જ આપવાનું, ફોટો નહીં આપવાનો. બીજું બધું હું સાચવી લઈશ. બધા અલગ અલગ ગાડીમાં અમદાવાદ નીકળો. સાઈટ હેક કરીને આતંકવાદીનો ભારતમાં રહેનાર કિંગ આવી રહ્યો છે. બીજી વાત કોલકાતા આવતો હતો એટલે મે ત્રણ ગાડી બદલી એટલે બચ્યો નહીંતો હું મરી જાત." અમદાવાદ નીકળતા મિતેષે કહ્યું.

આ લોકો અમદાવાદ જવા નીકળ્યા અને ત્યાં તેના ઘરે પહેલાથી આતંકવાદી આવી ગયો તે હતો લલિત રો ઓફિસને સાંભળનાર આતંકવાદી ચહેરો. જેનું નામ લલિત નહીં હનીફ કરાચીવાળા નામ હતું. ઘરે બધાજ બેઠા હતા જોઈને મિતેષે વાત કરવાનું શરૂ કર્યું.

"ઓહહ હનીફ ભાઈ."
"તને ખબર હતી હું હનીફ છું એમને!"
"ખબર તો મને એટલી જ હતી કે રો ઓફિસમાં કોઈ ગદ્દાર છે જે ઈસ્માઈલને આખો પ્લાન પહોંચાડે છે. મને નામ ખબર હતી ચહેરો નહીં એટલે એક્સીડિન્ટનો પ્લાન બનાવ્યો મે જ્યા મુસ્તફા આગળ ભાગતો હતો મારી. મારો ભાઈ એહસાનને તારી પાછળ લગાવ્યો હતો તો તું ગાડી લઈને મને બચવાની જગ્યાએ આવવાને બદલે તું કોઈ ગુમસુમ વધારે સિક્યુરિટી વાળી જગ્યાએ ગયો જ્યારે બધા આતંકવાદી હતા. ત્યાં તું ગયો એટલે તારી પાછળ એહસાન પણ આવ્યો હતો અને તારી આખી ઓફિસ જોઈ લીધી એહસાને. પછી શું તું ચેક કરતો હતો કોણે મને મારવાની કોશિશ કરી હશે, તે વિડિઓ કોલિંગમાં કોન્ફરન્સ લઈને અલગ અલગ જગ્યાના સ્લીપર સેલના માણસો એહસાને જોઈ લીધા અને તેનો વિડિઓ એન એસ જી, રો, આઈબી, ડીઆરડીઓ બધી જ જગ્યાએ

મોકલી દીધો. અત્યારે તે લોકો પકડાઈ પણ ગયા હશે અને તું અમદાવાદ મારા કહેવા પર મને મારવા આવી ગયો. તને એટલી ખબર ના પડે કે મુસ્તફા નામ બહાર ક્યારનું હતું તું એને શોધવાની જગ્યાએ મને શોધતો હતો? આજ તારીખ ભૂલ."

"ભૂલ થઈ ગયી તો સુધારી દઈએ!" આશ્ચર્યમાં આવતા કહ્યું હનીફે.

પછી ફાયરિંગ અને મારામારી શરૂઆત થઈ ગયી. ઘણાય લોકોને વાગ્યું અહીંયા તો બસ આ ચાર માણસો લડતા હતા. મુસ્તફા અહીં શહીદ થયો અને હનીફને મારી નાખ્યો.

મિશન ઓવર.

આ તાકાત મિતેષની ઘણી કામમાં આવી. દેશવાસી આવાજ રો, આઈબી અને કેટલીય છુપાયેલી દેશની એજન્સી પર ગર્વ કરે છે.

....

અનુચ્છેદ: [૩૦૦ એ] [૧૯(૧)જી]

ભારત, આપણું બંધારણ અમલમાં આવ્યું હતું છવ્વીસ જનયુઆરી ઓગણીસો પચાસમાં (૨૬ જાન્યુઆરી ૧૯૫૦). આ દિવસ પ્રજાસત્તાક દિવસ તરીકે ઓળખાયો. કાયદો તો બન્યો પરંતુ કાયદાનો ભંગ કરવાવાળા વધી ગયા. દિવસો વીતતાં ગયા તો ક્યાંકને ક્યાંક હુમલો, હક માટેની હડતાલ, બાળમજૂરી અત્યાચાર, ગરીબો સાથે અન્યાય, કાનૂનની આંખે કાળી પટ્ટી બાંધેલી હોવા છતાં પૈસાવાળા સામે તેની રક્ષા કરવાવાળા હારી જાય, આવી પરિસ્થિતિ ઉભી થવા માંડી અને તેજ પરિસ્થિતિ સામે લડનારને કાતો મારી નાખવામાં આવે કાતો પછી તેના મગજમાં તણાવ ઉભો થાય તેવો તેને સમય આપવામાં આવે. સમય જતા આ કાનૂનની માયાજાળમાં કોઈ ફસવા માંગતું નહોતી, કેમ કે ગરીબોના મનમાં એવુંજ હતું કે કાયદા કાનૂન તેમના માટે છે જ નહીં.

એમની પાસે આત્મહત્યા કરવા સિવાય કંઈ છેલ્લે ઉપાય બચતો નહોતો. આવી હાલતની સામે કોઈ તો પોતાના દમ પર લડી, કાયદો કાનૂન સરકારને શીખવાડવા જવાનો વિચારતો. તેના પાસે પછી બીજો આનાથી સારો ઉપાય નહોતો. જે રીતે હેરાન કરશો તે રીતે હેરાન કરવામાં આવશે તેવી વાત હતી. છતાં પણ કાયદો બચાવા અમુક લોકો સામી છાતીએ લડતા હતા. તેવીજ એક લડાઈ છે, જે હક માટે લડવામાં આવી હતી.

[આ વાર્તાના મુખ્ય કિરદાર સી.બી.આઈ અધિકારી કમલેશ પટેલ. તેના મદદનીશ અધિકારી તરીકે રીના. તેમજ તેમના મૂળ સંચાલક એવા નિલેશભાઈ.]

(૨૭ ડિસેમ્બર ૨૦૧૯ સમય સાંજના સાત આવ્યાની સાથે પાંચ મિનિટ ઉપર, ૭:૦૫) ગાંધીનગર સી.બી.આઈ ઓફિસ.

કમલેશ પોતે ઓફિસમાં ટેબલ પર હાથ મૂકી રાખી એકી ટસે સામું જોઈ પોતાની ખુરશી પર બેઠો છે. ના જાણે કેટલું મોટું થયું હશે તે વિચારતો હતો, બુટ પહેરેલા હોવાથી થપથપાવતા અવાજ આવી રહ્યો છે. તે જ સમયે તેની મદદનીશ અધિકારી રીના, તેના કેબીનમાંથી નીકળી, દોડતી તે કમલેશના ઓફિસ કેબીનમાં આવી દરવાજા પાસે,,

"આવી શકું, સર?" કંઈક ખોટું થયું હોય, તેવી રીતે આવી થોડાક તીખા અવાજે કમલેશને પૂછ્યું.

"હા, આવ." કમલેશે કહ્યું.

"સર, ચાર હત્યાં અલગ અલગ જગ્યાએ થઈ ગયી!" થોડાક ઢીલા અવાજે રૂમમાં ઝડપી આવીને રીનાએ કહ્યું.

"શું? આવું, અત્યારે!" કમલેશે નવાઈ પામતા કહ્યું.

"હા સર, મેલાજ ગામ જે અમદાવાદના વિરમગામમાં આવેલ છે, ત્યાંના તલાટી જશુંભાઈ ઉંમર બાવન વર્ષ. તે ગામના સરપંચ વીરાભાઈ, ઉંમર સાઈઠ વર્ષ. ત્યારપછી રોયલ કંપનીની માલિક રેશ્મા ભાવસાર અમદાવાદ, ઉંમર પંચાવન વર્ષ. ડી.એસ.પી મયુર જોશી અમદાવાદ, ઉંમર એકાવન વર્ષ. આ બધું ઠીક, નવાઈની વાત એ છે બધાને સાત વાગે અલગ અલગ રીતે મારવામાં આવ્યા." રીનાએ બધી વાત જણાવી કમલેશને.

(સમય સાંજના સાત વાગ્યાથી પહેલાની દસ મિનિટ અને પછીની દસ મિનિટ વચ્ચે થયેલ ઘટના.)

ઓફિસે બધા પોતપોતાના કામ કરતા હતા, ત્યાં અચાનક બધાના કોમ્પ્યુટર હેક થઈ ગયા. બધાના કોમ્પ્યુટર પર એક જ શબ્દ લખેલો દેખાતો હતો, ત્યારે કમલેશ ઓફિસમાં પોતાના રૂમની બહાર આવી બધા જે કોમન રૂમમાં બેઠા હતા, ત્યાં આવી ગયો.

"સાંભળો, બધા ધ્યાનથી. અત્યારે હાલ આપણા બધાનાં કોમ્પ્યુટર હેક થઈ ગયા છે અને એક જ મેસેજ તેની સ્ક્રીન પર દેખાય છે. જે છે તે દસ, જોકર, રાણી, બાસ્સા, એક્કો (10JQKA). આ મેસેજમાં કંઈક મોટો જવાબ દેખાઈ રહ્યો છે. તમે આ હેકિંગને દૂર કરો, હેકિંગ કરનારને પકડો. જે પણ સમાચાર નવા મળતા રહે તે ઓફિસમાં આવીને મને જણાવો." કમલેશ આટલુ બોલતાની સાથે પોતાના ઓફિસ રૂમમાં દોડી ગયો.

(તે ખુરશી પર બેઠો તેવીજ હાલતમાં આવ્યો જે આ સમયે હતો. ત્યાં રીના આવીને બધું કહી રહી હતી. પછીની વાત,)

“એનો મતલબ દસ એટલે દસ્સો જે છે તલાટી, જોકર છે સરપંચ, રાણી છે રોયલ કંપનીની માલિક અને બાસ્સા છે ડી.એસ.પી., એક્કો બાકી રહી ગયો!” કમલેશે વિચારતા કહ્યું.

“તો આગળ, શું?” રીનાએ કમલેશને પૂછ્યું.

“કંઈ નહીઁ, ડાઇરેક્ટરને મળી જણાવીએ ચાલો અને આગળ પછીની મિટિંગ બોલાવીએ.” કમલેશે જણાવ્યું.

આ બધી વાત નિલેશભાઈ ડાઇરેક્ટર છે જેને જણાવી દીધી અને તે બંને તેની ઑફિસરૂમમાં છે.

“તો શું, આ જે બાકી એક્કો તે પોતે ના હોઈ શકે?” નિલેશે બંનેને પૂછ્યું.

“ના સર. તે બધાને મારવા બેઠો છે. એક્કાને પણ મારશે, તેને હજુ સુધીમાં માર્યો નથી એટલે તે કોઈ મેસેજ આપવા ઈચ્છે છે.” કમલેશે વિચારતા-વિચારતા કહ્યું.

“રોકી શકાતું હોય તો રોકી લો!” નિલેશે આશ્ચર્ય સાથે પૂછ્યું.

“હેક આપણે થયાં છીએ, ત્યાંની પોલીસને પણ આ વાતની જાણ હજુ સુધી નહીઁ થઈ હોય. અમને તો આ કરનારે વાત મોકલી છે મેસેજ દ્વારા અને ફોટા પણ મોકલ્યા.” કમલેશે કહ્યું.

“જો, તમે જગ્યા જાણતા હોય કે નહીઁ, ઓફિસના બધાને અલગ અલગ જગ્યાએ લગાડ. હું બીજી વ્યવસ્થા કરું.” નિલેશે આટલુ કામ આપતાં કહ્યું.

“હા સર, અમે હમણાં જ નીકળીએ.” કમલેશ આટલુ કહી તે અને રીના

બંને ત્યાંથી નીકળી ગયા. બધાને અલગ અલગ જગ્યાએ જવાનુ કહ્યું. તે પોતે ગાડી અને પોતાની ટીમ લઈને નીકળી ગયો અમદાવાદ જવા.

(સમય સાંજના સાત વાગ્યાથી વિશ મિનિટ પહેલા અને વિશ મિનિટ પછી, આ બને વચ્ચે થયેલ ઘટના)

શરૂઆતમાં કમલેશને કોઈનો ફોન આવ્યો હતો, જયારે તે રીના જોડે તેના કેબીનમાં કોમ્પ્યુટરથી કંઈક માહિતી લેતો હતો. ફોન તેને ઉચકયો અને વાત કરી.

"હેલો." કમલેશ પોતાના કામમાં વ્યસ્ત હોવાથી તેને નંબર જોયો નહીઁ અને તરત વાત કરવા માંડ્યો.

"હેલો, કમલેશભાઈ કેમ છો?" સામેથી કોઈ બોલ્યું.

"બસ, જલસા ચાલે હમણાં." કમલેશે જવાબ આપતાં કહ્યું.

"એ પણ નીકળી જશે, વિશ મિનિટમાં." સામેનો અજાણ્યો માણસ આવું બોલ્યો, ત્યારપછી તેને નંબર જોયો અને આશ્ચર્યમાં આવ્યો. આટલુ બોલતાની સાથે ફોન મૂકી દે છે. કેમ કે ત્રીસ સેકન્ડમાં તે જે જગ્યાએ હોય તે ખબર પડી જાય.

"કોનો ફોન હતો, સર?" રીનાએ પૂછ્યું.

"વિશ મિનિટ પછી કંઈ થશે, એવુ કીધું તેને." જવાબ આપતાં કમલેશે કહ્યું અને તેના મોઢું જોતા એવુ લાગતું હતું કે કંઈક વિચારી રહ્યો હોય.

"બીજું કંઈ કહ્યું હોય તો યાદ કરો!" આશ્ચર્ય સાથે રીનાએ કહ્યું.

"હું અત્યારે મારા કેબીનમાં જાઉં છું, તને જે કામ આપ્યું તે પૂરું કરી લે. પહેલા આપણે રાહ જોવી પડશે. વિશ મિનિટનો જ સમય આપ્યો છે, વધારે હોત તો કંઈક કરેત." કમલેશે પોતાના કેબીન બાજુ જતા જતા કહ્યું.

તેના પછી હેકિંગ વડે મેસેજ આવ્યો અને સાંજે સાત વાગે ચાર હત્યાં થઈ. હવે સમય આવ્યો હતો તે કે આ બધા અમદાવાદમાં અલગ અલગ જગ્યાએ જવા રવાના થયાં. બધુંજ તપાસ કરતા બે ત્રણ કલાક થઈ ગયા. જે પણ સાબિતી વાળી વસ્તુ મળી હોય તે લઈને ત્યારેજ ઓફિસ આવ્યા. ત્યાં નિલેશ કોન્ફરન્સ રૂમમાં બધાની રાહ જોતો હતો. બધા જે ગયા હતા, તે લોકો કોન્ફરન્સમાં ભેગા થયાં અને વાત ચાલુ કરી.

"કંઈ મળ્યું, સાબિતી જેવું?" નિલેશે બધાને પૂછ્યું.

"સર, આ બધું જ જેનું કામ છે તે બહુજ પહેલાથી વિચારીને બેઠો હશે. તેને ચાર હત્યાં એવીરીતે કરી કે સાબિતી મળેજ નહીં." કમલેશે જવાબ આપતાં કહ્યું.

"કેમ, એટલે એવુ તો થયું શું?" નિલેશે કમલેશ સામું જોઈ આશ્ચર્યથી પૂછ્યું.

"આ હત્યાં કરનાર ચાર અલગ અલગ માણસ હોઈ શકે પણ આવી વ્યવસ્થા કોઈ એક જ કરી શકે." કમલેશે જણાવ્યું.

"એક માણસ જ! મને આખી વાત સમજાવ." આશ્ચર્ય સાથે નિલેશે પૂછ્યું.

"હા. સમય સાંજના સાત વાગે. આ સમય એવો છે કે ઘણા લોકો ઘરે જ હોય. ત્યારેજ બનેલી ચાર ઘટના,

'કેશ નંબર એક.'

તલાટી જશુંભાઈ, જે દસ્સાની જગ્યા પર. ઘરે ગેસના બાટલાની પાઇપ કાઢી તેમના ઘરે જે રહેતા હતા એ ઘરના માણસોને હત્યારાએ બહાર બોલાવ્યા ફોન કરી ભોળવાઈને, ત્યાં તરત કોઈ રસોડાની બારીમાંથી દીવાસળી ત્યારે સળગાવીને નાખી જયારે તલાટી જશુંભાઈ રસોડામાં આવ્યા. રસોડામાં બાટલા સુધી આગ પહોંચે ત્યાં સુધીમાં તેને બારી વાળી દીવાલ નીચે ખાડો પહેલાથી કરેલો હતો ત્યાં નીચે ખાડામાં પડી ગયો. ત્યાંનું વાતાવરણ શાંત થયાં પછી ભાગી ગયો.

'કેશ નંબર બે.'

મેલાજ ગામનો સરપંચ વીરાભાઈ, જેને જોકરની જગ્યાએ રાખ્યો હતો હત્યારાએ. વીરાભાઈ જયારે ઘરની બહાર નીકળ્યા ત્યારે, સાંજના શિયાળાના અંધારામાં પેટમાં ચપ્પાના આઠ દસ ઘા માર્યા, પછી ત્યાંથી ફરાર.

'કેશ નંબર ત્રણ.'

અમદાવાદના થલતેજમાં રોયલ કંપનીની માલિક રેશમા ઘરે એકલી રહેતી હતી, જે રાણીની જગ્યાએ. તેના ઘરથી થોડે દૂર પાંચ માળની બિલ્ડીંગ પર જઈને સ્નાઈપરથી માથામાં ગોળી મારી.

'કેશ નંબર ચાર'

છેલ્લે અમદાવાદના સરખેજમાં રહેતા ડી.એસ.પી મયુર જોશી, જે બાસ્સાની જગ્યાએ. જયારે ઘરે આવવાની તૈયારીમાં હતા ત્યારે હત્યારો હશે ત્યાંજ ઘરની આજુબાજુ. જેવી તેની ગાડી ઘૂસી ઘરમાં, તેનીજ બંદૂક લઈને તેને મારી નાખ્યો.'' બધીજ વાત આખી ઊંડાણપૂર્વક સમજાવી કમલેશે નિલેશને.

''તો હવે, હવે કોનો વારો હશે?'' નિલેશે પૂછ્યું.

''વારો કોનો હશે તેની રાહ નથી જોવી, હું ઓફિસે જ રહુ છું. સવાર સુધીમાં તેને પકડી લઈશ. આપણને મેસેજ તેને કર્યો હતો એટલેકે આપણાથી કોઈ વાત તેને નડી રહી હશે, તે હું જડપીશ.'' કમલેશે વિચાર્યા પછી કહ્યું.

''આ ઓફિસના બધા માણસોને તારા પર ગર્વ રહેશે.'' ગર્વ લાગતા નિલેશે કહ્યું.

હવે આખી રાત કામ કરવાનું હતું. કમલેશ કંઈક કામ કર્યા જ ગયો અને સવારનો સમય થયો ત્યારે કમલેશે નિલેશને ફોન કર્યો. ફોન ઉચક્યો નિલેશે.

''શું કંઈ મળ્યું નિલેશ?'' નાહીને બહાર આવતાની સાથે વાત કરી.

''હા, ઘાણું બધું.'' કમલેશે જવાબ આપતાં કહ્યું.

''શું મળ્યું, બોલ ફટાફટ?'' નિલેશે પૂછ્યું.

''તમે ઓફિસ આવો ત્યારે મારા પપ્પાને લઈને આવજો.'' કમલેશે કહ્યું.

''વશંતભાઈને લઈને આવું, તારા પપ્પા!'' નિલેશે આશ્ચર્ય સાથે કહ્યું.

“હા, પપ્પાને લઈને આવો.” કમલેશે કહ્યું.

“કેમ, એમને શું લેવાદેવા?” નિલેશે પૂછ્યું.

“તમે લઈને ઓફિસે આવો, હું બધુંજ જણાવી દઈશ.” જવાબ આપતાં કહ્યું.

નિલેશ કમલેશના પપ્પા વશંતભાઈને લઈને આવ્યો ઓફિસે. ત્યાં નિલેશ, કમલેશ, રીના અને વશંત આ ચાર માણસો હતા અને રૂમને અંદરથી વાખ્ખી દીધો કમલેશે.

“કેમ વાખ્ખી દીધો દરવાજો?” આશ્ચર્ય પામતા નિલેશે પૂછ્યું. ત્યારે કમલેશે તેના પપ્પાને ખુરશીમાં બેસાડી, બાંધી દીધા. આ બધું જોતા નિલેશ આશ્ચર્યમાં આવી ગયો.

“એ, કમલેશ તું મને બાંધી કેમ રહ્યો છે?” વશંતે આશ્ચર્યમાં આવી પૂછ્યું. કમલેશ હતો ગુસ્સામાં.

“ચૂપ, બેઠો રે શાંતિથી.” કમલેશે ગુસ્સામાં કહ્યું.

“તું આ કરી શું રહ્યો છે, કમલેશ?” નિલેશે પાછું પૂછ્યું. ત્યારે કમલેશ તેના પપ્પાની સામે ખુરશી લઈને બેસી ગયો. ગુસ્સામાં હતો, આખો લાલ. ચહેરો તેનો જોઈને વશંત પણ ઢીલો પડ્યો. ધીરે રહીને કમલેશ બધી વાત કહેવાનું શરુ કર્યું.
“દસ, જોકર, રાણી, બાસ્સા છેલ્લે એક્કો તું.” કમલેશે કહ્યું.

“એક્કો હું એટલે, સમજ્યો નહીઁ હું?” વશંતે આશ્ચર્ય સાથે પૂછ્યું.

“તો સાંભળ મારી વાત, ભૂતકાળની છે. આજથી ચૌદ વર્ષ પહેલા રોયલ

કંપનીના માલિકને આંઠ એકર જમીન મેલાજ ગામમાં કોલેજ બનાવવાનું બહાનું કરી ફેક્ટરી માટે જોઈતી હતી. ત્યારે જે જમીન પસંદ કરી હતી તેનો માલિક તે ગામમાં રહેતો એક ગરીબ ખેડૂતની હતી, આ જમીન જોઈતી હતી પાછી મફતમાં! તો તેની માલિક એટલે રાણી રેશ્મા, દસ હજાર રૂપિયાનું બહાનું આપી વાત પતાવા માંગતી હતી. ત્યારે તે ખેડૂતે જમીન વેચવાની ના પાડી. તો એ સમયે તે રાણીએ દસ્સો, જોકર, બાસ્સા અને એક્કાને ખરીદી લીધો, જો કે આવીરીતે પહેલી જમીન નહોતી, ઘણાય આવા કાંડ કરેલા. ત્યારે જમીનનો ભાવ હશે દસથી પંદર કરોડ. આમતો એ ખેડૂત ગરીબ ના કહેવાય છતાં તેના પાસે મફતમાં જમીન લઈએ તો તે ગરીબ થઈ જાય. મારા પપ્પા હતા સી.બી.આઈ અધિકારી. પપ્પાને ખરીદ્યા પછી એ ગામમાં જે પણ કંઈ થાય તેની હવા બહાર આવીજ ના શકે. તો આને તે ખેડૂતનો અંગુઠો કાપી, સિક્કો મારી જમીન પોતાની કરી રેશ્માએ.'' કમલેશે આખી વાત જણાવી.

''હશે, એ વાત. મને કોણ મારવા ઈચ્છે છે પણ?'' વશંતે ડરેલા અવાજે પૂછ્યું.

''હત્યારો કોણ છે, તે તારે જાણવું છે એમ?'' કમલેશે ગુસ્સામાં પૂછ્યું.

''હા, વશંતે જે કર્યું હોય તે છોડ. અત્યારે હત્યારા ઉપર ધ્યાન આપ. મળ્યો હત્યારો?'' નિલેશે આખી વાત નવાઈ પામતા પૂછ્યું.

''હત્યારો બીજો કોઈ નહીઁ, હુંજ છું. આખી વ્યવસ્થા મે જ કરી હતી.'' કમલેશે મોઢા પર સ્મિત સાથે જોવાબ આપતાં જણાવ્યું. આટલુ કહેતાની સાથે નિલેશ અને વશંત આશ્ચર્યમાં આવી ગયા. રીના આશ્ચર્યમાં ના આવી, પણ મોઢા પર સ્મિત નજર આવતું હતું.

''આવું કેમ, કમલેશ?'' આશ્ચર્યમાં આવેલ નિલેશે પૂછ્યું.

"આજથી નવ દિવસ પહેલા એક પચીસ વર્ષનો છોકરો, માથે ટોપીવાળું જેકેટ પહેરીને ચોરી છુપી રીતે મારા ઘરમાં આવ્યો હતો, પપ્પાને મારવા માટે. તો તે રાતના એક વાગ્યો હશે, ત્યારે મે એને પકડ્યો અને તેને બધું મને જણાવ્યું. પછી તેને એટલું કહ્યું કે જે ખેડૂતને મારવામાં આવ્યો હતો તે એના પપ્પા હતા અને આવી હત્યાં કરશે તો બચાવા માટે રીના એટલે એની બહેન, જે પહેલેથી અહીંયા હતી. તો પછી રીનાના ભાઈને મે જણાવ્યું કે હું તારો બદલો એવીજ રીતે પૂરો કરીશ જે રીતે તું ઈચ્છે છે. મારી વ્યવસ્થા એટલી હતી કે શરૂઆત હત્યાં કરવાની થઇ એટલે રીનાના ભાઈનો ફોન મારી પર આવ્યો. મે એટલું કહ્યું હતું એને બધું તૈયાર થઇ જાય એટલે ફોન કરજે, જેની પાંચ મિનિટ પછી મારે સી.બી.આઈના બધા કોમ્પ્યુટર હેક કરવાનાં હતા. એકજ સમયે રીનાનો ભાઈ સ્નાઈપર લઇ નિશાને રેશ્માને રાખી, તેના ગામના બીજા લોકો હતા એમને બીજી ત્રણ જગ્યાએ મોકલ્યા, પછી સાત વાગે સાંજે હુમલો. મારી નાખ્યાં બધાને." કમલેશે આખી વાત જણાવી.

"તું છુપી રીતે મારી શકેતને! બહાર નીકળવાનું કારણ?" નિલેશે આશ્ચર્ય પામી પૂછ્યું. કમલેશ ઉભો થઇને નિલેશ પાસે આવ્યો, આંખમાં આંખ લગાવી વાત કરી બધી.

"આખી રાત બેસીને મેં વિચાર્યું, અત્યાર સુધી મેં મારા પપ્પાના પૈસે નહીં પરંતુ આવા ખેડૂતોના પૈસે જલસા કર્યા હતા. તે પૈસા પર હક રીના અને તેના ભાઈનો હતો. જે તેમની પાસે હતું તેને છીનવી લઈને હંમેશા માટે ગરીબીનું જીવન આપ્યું હતું. અત્યાર સુધી આમને આવું ગરીબીનું જીવન જીવ્યું અને મે જલસા કર્યા, તો હવે આમનું સારું જીવન જાય તેના માટે હું બહાર આવી પોતાનું બલિદાન આપીશ. આખો ભારત દેશ જાણશે કે તમે કોઈપણ રીતે ભ્રષ્ટાચાર કરશો તો જવાબ મળશે, પોતાના લોકોજ જવાબ આપશે, પોતાના જ એમની વિરુદ્ધ જશે. જો આવું થશે તો ભ્રષ્ટાચાર

નર્હોં થાય, સર. આ ઓગણસીતેર વર્ષ પહેલા કાયદો બનાવ્યો તેનું પાલન તો થતું નથી. ચુમ્માળીશમાં બંધારણીય સુધારો ઓગણીસો ઈઠ્યોતેર(૪૪માં બંધારણીય સુધારો ૧૯૭૮)માં જણાવ્યું કે મિલકત ધારો ભાગ-બે અનુચ્છેદ નંબર એકત્રીસને ભાગ-બારમાં અનુચ્છેદ નંબર ત્રણસો એ(૩૦૦ એ)માં નાખી કાનૂની અધિકાર બનાવવામાં આવ્યો. કાનૂની રીતે જમીન કહેવાય રીના અને તેના ભાઈ કે પછી તેના પપ્પા જીવતા હોય તો તેની. હવે વાત છે એવી કે જબરદસ્તી કરી, તો અનુચ્છેદ નંબર ઓગણીસ [એક][જી] (૧૯-૧-જી) મુજબ ગમે ત્યાં રહેવાની, સ્થાયી થવાની સ્વતંત્રતા એમની પાસે ક્યાં રહી? આવા લોકોના લીધે બંધારણના આ અનુચ્છેદનું ઉલ્લંઘન થાય છે અને તેના વિશે ખબર ના હોવાથી ગરીબ ચૂપ બેસે છે. કદાચ કોઈ ગરીબે આ લોકો વિરુદ્ધ અવાજ કર્યો હોય તો, આના જેવા તેને મારી નખાવે છે. હું એટલા માટે બહાર આવું છું કે અત્યાર સુધી રોજ મરી-મરીને જીવતા હતા રીના અને તેનો ભાઈ બને, હવે આરામની ઊંઘ લે તેના માટે મારે આવું કરવું પડયું, ઉપકારનો બદલો આપવો તો પડશેને. એટલે મે આવું કર્યું અને રીના તમારી સામે આને મારી નાખશે. તમારે બહાર એટલું જ બોલવાનું કે મે મારી નાખ્યો મારા પપ્પાને. નિલેશ સર, મે કાયદાનું ઉલ્લંઘન તો કર્યું પણ કાયદો શીખવાડવા માટે ઉલ્લંઘન કર્યું. જે સજા હવે મળશે, મને તે મંજુર છે.” કમલેશે સહેલાઈપૂર્વક સમજાય તે રીતે બધી વાત જણાવી દીધી. ત્યારબાદ રીનાએ વશંતને ગોળી મારી દીધી. આ બધું નિલેશે જોયું, પછી તેને રીનાના હાથમાંથી બંદૂક લઈ લીધી.

“આ હત્યાં કોણે કરી? તે મને નથી ખબર. રીનાની બંદૂક બે દિવસ પહેલા ખોવાઈ ગયી હતી.” નિલેશે હસીને કહ્યું. કમલેશ અને રીના બંને જણ ખુશ થયાં. તેનો મતલબ રીના, તેનો ભાઈ અને કમલેશ ત્રણેય બચી ગયા.

[અનુચ્છેદ: ૩૦૦ A : મિલકતને કાનૂની અધિકાર બનાવ્યો.

અનુચ્છેદ: ૧૯(૧): વિવિધ સ્વતંત્રતા વિશે માહિતી

....

હથિયાર

પ્રસ્તાવના

{   'હથિયાર', આ વખતે વાર્તામાં હથિયારનો મતલબ બંદૂક, બોમ્બ કે પછી કાપામાં કાપી કરતા ચપ્પાની વાત નથી. આ વખતે વાત થઇ રહી છે એટલા મોટા હથિયારની જે આમ માણસો હોય કે પછી પ્રાણી-પક્ષીમાં રહેલ 'લાગણીની.'

લાગણીથી મોટું હથિયાર બન્યું નથી. જે તકલીફ લાગણીઓ આપે તે બીજું કોઈ ના આપી શકે. એવીજ એક નવી વાત છે જે માનવામાં આવે કે કોઈને પણ હેરાન કરવું હોય, તો તેને નર્હીં પરંતુ તે જેને પ્રેમ કરે છે, જેના માટે લાગણી જીવતી છે તેને પકડો તો તે હેરાન થશે. માણસો અંદરોઅંદર લાગણીથી બંધાયા હોય છે. જેટલી સજીવ વૃષ્ટિ હશે તેમાં અંદર છુપાયેલી હશે 'લાગણી'. તો એવીજ એક દર્દનાક વાર્તા, રહસ્યમય સંજોગ અને સાહસકથા 'હથિયાર'. જે આખી કાલ્પનિક હશે. : હેમીલકુમાર પી પટેલ.}

આ વાર્તામાં મુખ્ય કિરદારનું નામ મનીષ અને તેની ગર્લફ્રેન્ડ તન્વીથી શરુ થતી કહાની,

સંજોગ ૧ (વર્તમાન ૨ ઓક્ટોબર ૨૦૧૯)
અમદાવાદ

એક પાર્ટી ચાલી રહી, તે અમદાવાદમાં મોટા હોલમાં. તેવા સમયનો સંજોગ લાગણીનો હશે ભરપૂર, બધા અંદરોઅંદર વાતચીત

કરતા જોવા મળે, તો ક્યાંક ખુશીનો માહોલ જોવા મળે. તેવા સમયે એક છોકરો, જે મજબૂત બાંધાનો જોવા મળ્યો. તે છોકરાની આંખ લાલ, કંઈક વિચારતો હોય તેવું દેખાય. એવાજ સમયની વાત હશે, એક છોકરી થોડી ઝડપથી ચાલતી આવી અને આ છોકરાનો હાથ પકડી હોલમાં એવીજ જગ્યાએ લઈ ગયી કે કોઈ જોઈ ના શકે કે પછી તેમની વાત પણ ના સાંભળી શકે.

"કેમ, તું આમ કરી રહ્યો છે? મને ખબર નથી પડતી કે બે મહિનાથી તું મારી જોડે વાત નથી કરતો, કે પછી મારા પ્રશ્નનો જવાબ નથી આપતો. થયું છે શું કહે તો ખરી, મનીષ?" તકલીફ ભર્યા અવાજમાં તે છોકરી જેનું નામ તન્વી છે તેને કહ્યું.

"જો સાંભળ બેટા, મને તો એ પણ ખબર નથી કાલે શું થવાનું છે! હું જીવીશ કે મરી જઈશ તે મને નથી ખબર તેવી વાતમાં હું તને કંઈ કહી શકું તેમ નથી." આંખો લાલ અને ચહેરા પર દુઃખ સવાર, તેવી અવસ્થામાં મનીષે કહ્યું.

"એવુ તો થયું શું કે મારથી પણ છુપાવવું પડ્યું તારે? પછી અત્યારે કેમ જીવવા-મરવાની વાત કરે છે તું? મને આખી વાત તકલીફ કરે છે, તું મને એમાંથી બહાર નીકાળ. તને ખબર છે હું તારા વગર નહીઁ રહી શકું અને તું તેનો ફાયદો ના ઉઠાવ." રોતા અવાજમાં તન્વીએ કહ્યું.

"હું જરાય ફાયદો નથી ઉઠાવતો અને એ વાત હું તને ક્યારેય નહીઁ કહી શકું? મારું આ દુનિયામાં કોણ છે! એ પણ અત્યારે વિચારીને વાત કરવી પડે તેવું વાતાવરણ ઉભું થયું છે." તકલીફ ભર્યા અવાજમાં મનીષે કહ્યું.

"એટલે તું મને નહીઁ કહે?" એવાજ હાલમાં તન્વીએ પૂછ્યું.

"ના, અને નહીઁ કહું તે જ વાત સાચી અને સારી છે. એટલું સમજ લે હું નહીઁ રહેવાનો આ દુનિયામાં અને હું ના હોઉ, તો તું બીજા કોઈને અપનાવી લેજે." મનીષે કહ્યું તો ખરું પણ આટલુ કહેતાંની સાથે તેના આંખમાંથી આંસુ આવી ગયા.

આખી વાત એટલું કહેવા માંગતી હતી કે મનીષને છે તકલીફ પણ તે કોઈને ખોવા માંગતો નહોતો.

સંજોગ:૨ (ભૂતકાળ ૨૦૧૮) અમદાવાદ, ગુજરાત કોલેજ

આ સમયે અહીંયા કોલેજમાં પાર્ટી ચાલી રહી, તેવા સમયે એન્કર તરીકે મનીષને નિમવામાં આવ્યો હતો. કંઈક થાય છે એવુ, કે તેવા સમયે બધુ સ્વાગત સમારોહ કે બીજો પરિચય પતાવ્યા પછી મનીષને છેલ્લે પ્રવચન પતાવી દેવાનું હતું ત્યારે,,,,,,

"મારી અને તમારી બધાની વાત પુરી થઈ ગયી, હવે વાત કરું મારી.
કેવીરીતે રાહત મળે, જેનો કોઈ કિનારો નથી!
બન્યું છે ઘર, જેમાં રહેનાર શોધાયુ નથી!
વ્યથા આ કહાનીની, જેનો કોઈ અંત નથી!
છે આ વાર્તા, જેનો કોઈ નિર્ણય નથી!

મોટી થઈ મારી આદત, જે કોઈને જોવાની હતી,
છે એવીજ પરી, જે લાગણી સાથે જોડોવાની હતી.
એવું કહી તો લઉ હું, ખબર તો પડે શું હતી વાત મનની,
પણ પૂછવું તો જરૂરી, કેવી પસંદ હતી એમની.
હા વાત હતી મારા પ્રેમની." આટલી વાત થયાંની સાથે તાળીયોનો ઘડઘડાટ થવા લાગ્યો અને મનીષ ધીરિ ધીરિ ચાલતો તન્વી જોડે આવવા

લાગ્યો. પછી પહોંચી ગયો નજીક તેની ત્યારે,,,,,,

"આ પંકિત તમારા માટે તન્વી, હું તમને પ્રેમ કરું છું. શું તમે મારી લાગણીને સમજી આગળ મારી જોડે રસ્તો અપનાવી લેશો, આગળના જીવનનો?" બહુજ પ્રેમની આવડતથી મનીષે તન્વીને જણાવ્યું. તન્વી પણ ખુશ દેખાતી હતી, તો સમજ એવીજ, હા છે તન્વીની.

"હું તમારી જોડે હંમેશા રહેવા તૈયાર તો છું પણ વાત તે લાગણીની થઇ જેની વાત તમે કરી! હું તેમાં જોડાવા તૈયાર છું." તન્વીએ ધીરિ રહીને મીઠાશ પડતા અવાજમાં મનીષને જવાબ આપ્યો.

હા હવે તો શું છે! થઇ ગયી પ્રેમ કહાની શરુ. સમય જતા તો બંને જણા ગણાય ઊંડાણમાં ઉતરી ગયા, લાગણીના અભ્યાસમાં. હવે તો લાગે એવુ કે બહાર નીકળે તો નીકળે કેવીરીતે? પણ સંજોગો બદલાતા, અમુક વાત બહાર નીકળતા બહુજ તકલીફ ભર્યું વાતાવરણ ઉભું થયું હતું.

સંજોગ ૩ (સમય માર્ચ ૨૦૧૯) ન્યુ દિલ્હી

હવે કહાની બીજી કોઇ એવીરીતે શરુ થઇ, મનીષ કોલેજમાં ભણતો હતો તો પછી એવુ થયું શું કે અલગ થવાનો વારો આવશે સમય જતા? તો વાત એવી હતી કે મનીષ કોલેજમાં ભણનાર કોઇ વિદ્યાર્થી નહીઁ પરંતુ રો અધિકારી હતો. તેને માહિતી એવી મળી કે તેને સાબિત કરવી અગરી હતી. તે તેના ઓફિસે હતો ત્યારે તેના કોમ્પ્યુટર પર એક ફેક્સ આવ્યો તે ફેક્સને કાગળમાં પ્રિન્ટ નીકાળી તો એમાં ખાલી આટલુ લખેલુ '૨૧૪૯'.

"આ કોડ કહેવા શું માંગે છે? હું ચીફને બતાવું તો ખરી છે શું, કંઈક

એમની વાત હોય તો!” આટલુ મનમાં વિચારી, મનીષ ચીફના કેબીનમાં જાય છે.

“અરે મનીષ તું આવ અંદર, કંઈક ફેક્સ આવ્યો છે!” દરવાજો ખોલતાની સાથે જ ચીફે મનીષને આવું જણાવી દીધું.

“હા ચીફ, મારે પણ આવ્યો ફેક્સ. મને લાગ્યુ તમે મોકલેલા જાસુસે મોકલ્યું હશે એટલે હું આવ્યો!” મનીષે આશ્ચર્ય થઈને કહ્યું.

“હા તેને જ મોકલ્યું પણ તે ઉકેલી ના શક્યો. હા હશે ચાલો તને શું લાગ્યુ, આમાં?" ચીફે મનીષને પૂછ્યું.

“કદાચ એવુ ના થઈ શકે? બીજી ઓક્ટોબરે ગાંધીજીની એકસો ઓગણપચાસમી જન્મ જયંતિ નિમિતે કંઈક થવાનું હશે!” આશ્ચર્ય થઈને કહ્યું મનીષે.

“સોં ટકા થશે એવુ. મિટિંગ બોલાવ હમણાં મારે બધાને વાત જણાવી દેવી છે, અલગ અલગ રાજ્યોમાં વાત પહોંચાડવી પડશે.” ચીફે ડરેલા અવાજે કહ્યું.

મિટિંગ બોલાવામાં આવી, ત્યારે બધી વાત પતાવ્યા પછી મનીષ અમદાવાદ જવા રવાના થયો.

સંજોગ ૪ (માર્ચ ૨૦૧૯) અમદાવાદ

આ સંજોગ કંઈક એવો, જે સૌથી ડરાવનો અને સૌથી વધારે તકલીફ કરે તેવો. એટલે કે થયું આ સંજોગમાં એવુ કે મનીષનું આખા પરિવારનું અપહરણ થયું. તે ધરે આવ્યો તો તેને ધરે કોઈ

દેખાયું નહીँ, બધી તપાસ કરી છતાં કોઇ મળ્યું નહીँ. ત્યારે કોઇ માણસનો ફોન આવ્યો મનીષ પર. અત્યારે હાલ કંઈપણ બોલતો નથી મનીષ, સમય થોડો નીકળ્યો તો સામેથી એ માણસ વાત કરવા લાગ્યો.

"અબ્દાલી ફારુક નામ છે મારું. સમજે છે ને હું શું કહી રહ્યો છું?" આ માણસનું નામ ફારુક હતું તે બે ઓક્ટોબરના દિવસે કંઈક હુમલો કરવાનો પ્લાન કરી રહ્યો હતો તે, જેને અત્યારે ફોન પર આવું કહ્યું. જે પિસ્તાલીસ વર્ષનો દુશ્મન, ઝભ્ભો પહેરેલો, માથે ટોપી અને મોઢા પર ચપ્પુ વાગ્યું હશે તેવું નિશાન.

"મારું પરિવાર, ક્યાં?" આટલુ તો કહ્યું મનીષે, કદાચ તેને લાગ્યુ તેનું પરિવાર આની પાસે હશે.

"અત્યાર સુધી તો જીવે છે પણ હા, તું વચ્ચે ના આવે તો જીવતા જ રહેશે. બાકી તેમનું જીવન બચાવવાનો અધિકાર તારો રહ્યો. બચાવ લે આવી જ બચાવ." થોડો ગુસ્સામાં આવી, "મને ખબર પડી ગયી કે કોડ પરથી શું થવાનું, તે તું જાણી ગયો. બસ તારે કરવાનું એટલું કે કંઈ કરવાનું નહીँ, બેસી રહેવાનું. ઉભો થઇ વચ્ચે આવ્યો તો પરિવારના જીવનનું મરણ આવી જશે તેના માટે ઉપર જઈને તારે જવાબ આપવો પડશે." ફારુકે સહેલાઇથી બધું કહ્યું તો ખરી પછી મનીષ શાંત રહે બોલવામાં! તેવું તો બને નહીँ.

"હું ઉભો થઇશ અને તું જે કરવાનો છે તે કરી શકીશ પણ નહીँ. અરે તું શું મારા પરિવારને તકલીફ આપીશ, હે! અરે મારા માથા પર અત્યારે એકસો ત્રીસ કરોડ વસ્તીને બચવાનો પ્લાન દોડી રહ્યો છે. તું બસ ચાર માણસને અપહરણ કરીને લઇ ગયો તો શું હું ચૂપ બેસીસ! અરે રોજ આર્મી જવાન શહીદ થતા હોય દેશ માટે, તો શું હું મારું પરિવાર દેશ માટે ખતરામાં ના મૂકી શકું તો સાચ્યો રો ઓફિસર નહીँ, અરેરે રે સાચ્યો ભારતીય નહીँ.

અમારા લોકો માટે ભારત આખો દેશ પ્રાર્થના કરતો હોય કે અમને કંઈ ના થાય, તો પછી મારા આખા ભારત પરિવારનું તું કંઈ નહીઁ ઉખાડી શકે, કેમકે જેના માટે પ્રાર્થના કરે છે તેનેજ તું તકલીફ આપવાનું વિચારી રહ્યો છે. આવી જ સામસામે ખબર પડી જશે આ ભારતના એક છોકરામાં કેટલી હિમ્મત છે!'' પુરેપુરો ગુસ્સામાં આવીને કહ્યું મનીષ.

''ઓહો, બગડ્યો મારો ભારત જવાન. તારી આજુબાજુમાં હતો તો પણ તને ના ખબર પડી. તો હવે તું મગજ દોડાવીશ. ચાલ કંઈ નહીઁ, જે દિવસ નક્કી કર્યો તે જ મહત્વનો.'' આટલુ કહી ફારુકે ફોન મૂકી દીધો. મનીષે પણ ફોન મૂકી દીધો પછી કંઈક અજાયબી થાય, તેવું વાતાવરણ ઉભું થાય છે.

          મનીષ મનમાં હસવા લાગ્યો, ધીરિ ધીરિ બહુજ જોરથી હસવા લાગ્યો અને મનમાં બોલ્યો કંઈક આવું, ''ફારુક, ફારુક. એટલું પણ ના વિચારી શક્યો હું રો ઓફિસર છું, તો કોલેજ શું જખ મરાવા કરતો હોઈશ. કોલેજ તો ખરી પણ ગર્લફ્રેન્ડ બનાવી! તે તારી દીકરી.'' જોરજોરથી હસવા લાગ્યો. ''દીકરીનું નામ તન્વી રાખ્યું જેને તે પણ ખબર નથી તેનો બાપો ગદ્દાર છે, આતંકવાદી છે. કંઈજ વાંધો નહીઁ બદલો મોટો લેવામાં આવશે. ફારુક તું મારા પરિવારને કંઈ કરી શકીશ પણ નહીઁ, કેમ કે તારી દીકુ મારી જોડે.'' હસતા હસતા અચાનક ગુસ્સાવાળો ચહેરો થઈ ગયો. ''ફારુક હવે મજા આવશે.'' મનમાં જ બોલતો રહ્યો.

સંજોગ ૫ (બંને વચ્ચે ખરો પ્રેમ)

          આ સંજોગ અનુસાર એવુ હતું કે તન્વી તો મનીષને પ્રેમ કરતી પરંતુ મનીષ તો બસ ખાલી પોતાના સ્વાર્થ માટે વાપરતો. બંને એકબીજા જોવે સાબરમતી રિવરફ્રન્ટની પાળી પર બેઠા વાતો કરતા હતા. પવનની મસ્ત મજાની લહેરો આવતી હતી, પાણી નદીમાં વહેતુ હતું

ત્યારે બંને રિવરફ્રન્ટની પાળી પર બેઠા બેઠા વાતો કરતા હતા.

"તને ખબર હશે કે તે જ્યારે પહેલીવાર વાત કરી મારી સાથે, ત્યારે મને નહોતી ખબર કે આપણે આવા સંબંધો સાથે જોડાઈશું! મને આવે છે મઝા તારી સાથે. ફરક એટલો કે હું ડરી રહી છું કે તને હંમેશા માટે ગુમાવી તો નહીં દઉંને! મોટો ડર લાગી રહ્યો છે. કદાચ પ્રેમની સાથે લાગણી પણ ગહેરાઈથી ઉતરી છે." પ્રેમિલા અવાજથી તન્વીએ મનીષને કહ્યું. ત્યારે મનીષની આંખો થોડી મોટી થઈ ગયી અને અંદરોઅંદર ઘૂંટાવા લાગ્યો.

"આ સંબંધ સાચો હોવો જોઈએ તો." તકલીફ ભર્યા અવાજમાં કહ્યું મનીષે.

"તમે આટલા કેમ તકલીફમાં! એટલે આવું કેમ બોલો છો?" આશ્ચર્યમાં આવેલ તન્વીએ પૂછ્યું.

"તો સાંભળ....."

એમ પછી બધીજ વાત કરી દીધી. કશું છુપાવતો નથી, કારણ એટલું કે તન્વીની આંખમાં મનીષ ભરપૂર પ્રેમ જોઈ ગયો. હવે તેના પરિવારને લઈ ગયો ફારુક ત્યારે તકલીફ થયી મનીષને, તો તેનો વિચાર એવો હતો કે "હું તેને દગો આપીશ તો તેની લાગણીનું શું થશે? એ પ્રેમની ભાષાનું શું થશે જે મારા મોંઢે સાંભળવા માંગતી હતી!" બસ આજ કારણથી તેને બધું જણાવી દીધું. પરિણામ સારું આવ્યું. સમય વિતતો ગયો અને આવી બે ઓક્ટોબર.

સંજોગ ૧ (૨ ઓક્ટોબર ૨૦૧૯)

આ સંજોગમાં જે વાત થઈ મનીષ અને તન્વી જોડે તે

ફક્ત ફારૂકને સંભળાવા કરેલ હતી. એવી જગ્યાએ લઇ ગયી તન્વી કે ત્યાં કોઇ ના આવી શકે અને કોઇ વાત પણ ના સાંભળી શકે. વાત એવી હતી કે ફારૂકની દીકરી મનીષને લઇ જાય, એટલે ફારૂક તેનો પીછો કરતો હતો. આવી હોલની જગ્યાએ આવી દર્દ ભરી વાત સાંભળતા ફારૂક થોડો ઢીલો થયો, તેને લાગ્યુ કે 'મારી દીકરી આની સાથે કેમ!' આવું વિચારવા ગયો ને તરત જ રો અધિકારીએ તેને પકડ્યો. મનીષ આખી તેની ટીમ સાથે આવેલો. પકડીને હોલની ઉપર લઇ ગયા ત્યારે વરસાદ ચાલુ હતો અને ફારૂક પાસે માહિતી લેવાની હતી. તેને અધિકારીઓ મારતા હતા.

"તમે ભારતીયો, અમે તો લોહીના આંસુ રોવડાવા આવેલા આતંકવાદી છીએ." ફારૂકે માર ખાતા-ખાતા કહ્યું.

"તો તું તારા મોંઢેજ કહી રહ્યો કે તું આતંકવાદી છે, એ પણ આટલા ગર્વથી! તો સાંભળ એ જ ભારતીયના અને ભારતનું રક્ષણ કરવા અમે જન્મ લીધો છે. તું શું અમને મારવાનો હતો! તારા ઘરમાંથી પેનડ્રાઇવ, ડીવીડી અને અમુક ફોન નંબરથી માંડી નકશા, આ બધું તારી દીકરી મને આપી ગયી. તારામાં અને તારી દીકરીમાં ફર્ક એટલો હશે કે લોહી તારું પણ ગુણ એના મમ્મીના હશે. સાચાનો સહારો એક આતંકવાદીની દીકરીએ આપ્યો. જો આવુજ થતું રહેશે અને પોતાનો લોકો સાચાના સહારે હશે તો તારા જેવા ઘણાય સાચી રાહ પકડશે. અફસોસ એટલો કે તું સુધરી ના શક્યો. અમને બધી માહિતી તારા ઘરમાંથી મળી ગયી અને તારો પ્લાન પણ. જેટલી જગ્યાએ તે બૉમ્બ મુક્યા, સ્લીપર સેલને લગાવ્યા, મારા પરિવારને ક્યાં સંતાડી રાખ્યાથી માંડી, બધુંજ તારું કાવતરું પૂરું થયું. હવે આખુ જીવન જેલ કાતો ફાંસી. લઇ જાઓ આને." મનીષ પોતે ગુસ્સામાં આવી ગયો અને આટલુ બોલી ગયો. ફારૂકને તેના સાથીઓ લઇ ગયા. કદાચ તેને આ બધું સૈયમથી કામ લીધું એટલે પૂરું થયું અને સાચું તન્વીને કહી દીધું.

"મને નહોતી ખબર કે પપ્પા આતંકવાદી છે! અને હું તેની દીકરી. આમતો બધી દીકરીના તેમના પોતાના પપ્પા હીરો હોય તો અહીં કેમ ઉંધુ થયું મનીષ? " તન્વીએ તકલીફ ભર્યા અવાજમાં કહ્યું.

"સાચું કે ખોટું તું સમજી ગયી, બીજું શું જોઈએ! તારી આંખમાં આવેલ આંસુ પરથી લાગ્યુ તું તારા પપ્પાને બહુજ પ્રેમ કરતી હોઈશ પણ અત્યારે ધીરજ રાખવાની જરૂર છે." જ્યારે તન્વી રોવા માંડી ત્યારે શાંત્વન આપતાં મનીષે કહ્યું.

"તો પછી મારી પાસે એક રસ્તો બચ્યો, જે છે તેને અપનાવી લઉં." થોડા હળવા અવાજે તન્વીએ કહ્યું.

"તું મારી જ છે. અલગ દેશ છે પણ તે તને નહોતી ખબર પડવા દીધી ફારુકે અને નામ બદલી રહ્યો અહીં. આમ પ્રજાને તો કંઈજ ખબર નથી હોતી કે તેમની વચ્ચે થઈ રહ્યું છે શું? ચાલો છોડો, અંત સારોં આવ્યો. લોહી તારું પણ લાલ છે ફરક એટલો છે હવે તેમાં નામ મારું." સ્મિત સાથે મનીષે જણાવ્યું.

સમાપ્ત.

{   આખરે વિજય સાચાની થઈ. પરિવાર તો લાગણી ના સંબંધમાં હોય જ છે, જે બીજું હ્રદય શોધવાનું હોય અને તે લાગણીમાં જોડાયને તો એ સંબંધ સાચાનો હોવો જોઈએ. કદાચ તન્વીને કંઈક બહારથી વાત મળી હોત તો બહુજ તકલીફ થાત. તેને મનીષે જ કહી દીધું. ત્યારે જ આ લાગણી હંમેશા માટે રહે છે જ્યારે સાચું સામે હોય. આવા વાતાવરણમાં એક વાત તો પાક્કી હશે, જો સાથે રહેવું હોય તો હ્રદયમાં ઝેર, માંથા પર પાપ લઈને આગળ ના વધી શકાય, તેને માટે તન અને મન બને સાફ અને સાચા જોઈએ. આભાર : હેમીલકુમાર પી

પટેલ}

....

ટ્રીબ્યુનલ: ૩૨૩(એ)

{   પ્રસ્તાવના

ટ્રીબ્યુનલ, ટ્રીબ્યુનલ એટલે કાયદાકીય સંસ્થાના અધિકારી. જે ખાલી અને ખાલી સરકારી અધિકારીના કેસની તપાસ કરવા માટે બનાવેલ અર્ધન્યાયિક સંસ્થા છે. જેમાં રાષ્ટ્રપતિ કેન્દ્રના ટ્રીબ્યુનલ નીમે છે અને રાજ્યમાં રાજ્યપાલ જોડે ચર્ચા-વિચારણા કર્યા પછી રાષ્ટ્રપતિ નીમે છે. સરકારી અધિકારીના કેસનું નિયમન કરતી આ સંસ્થાનો દરજ્જો ઉચ્ચ ન્યાયાલયના ન્યાયાધીશ સમકક્ષ હોય છે.

અત્યારે આવોજ એક કેસનું નિયમન કરતી સંસ્થાનું વર્ણન બતાવામાં આવેલ છે જે કાલ્પનિક રીતે દર્શાવેલ છે.: હેમીલકુમાર પી પટેલ   }

એક ઘર હતું અમદાવાદ નારોલ ખાતે, અમીર રહેવાસી હશે. તે ઘરેમાં એક છવ્વીસ વર્ષની ઉંમરનો હશે એવો એક માણસ લોહી-લુહાણ ઘરમાં પડ્યો હતો. (આ લાશ મળી તે તારીખ ૨૪ ઓગસ્ટ ૨૦૧૯ના રોજ બપોરના બે વાગે.)

અમદાવાદ, તારીખ ૩૧ ઓગસ્ટ ૨૦૧૯

ટ્રીબ્યુનલ ઓફિસમાં વહીવટી ટ્રીબ્યુનલના અધિકારી બેઠા હતા. તેમની સામે આઈ.પી.એસ અધિકારી મેહુલ જોશી બેઠા હતા. તે સમયની વાત હશે કે મેહુલ જોશીની આંખો એકદમ લાલ, ગુસ્સેથી

ધ્રુજતા, પગમાં અકળામણ ઉદ્ભવતા, ના જાણે શું થઈ રહ્યું છે આ વાતાવરણમાં તે કંઈ ખબર પડે તેવું નહોતું.

"મેહુલ જોશી, તમારા ઘરમાંથી મળેલ બસ્સો કરોડ રૂપિયા, ગાડીમાં મળેલ સોં કિલો ડ્રગ અને છેલ્લે તમારો દીકરો અભય જોશીની હત્યાં. આ અપરાધમાં મળેલ બધી સાબિતી, જેમ કે ત્યાં એક ચપ્પુ, ગાડીના ઘવન્ડર પર તમારા આંગળીની છાપ, ડ્રગ મળ્યું તેનો પાવડર તમારા રસોડામાં પડેલો, છેલ્લે પૈસા સાથે જમીનના કાગળ પર તમારી સહી. શું આ બધા અપરાધ તમે સ્વીકારો છો?" ટ્રીબ્યુનલ અધિકારીએ કહ્યું.

મેહુલ જોશીને તકલીફ થઈ રહી હતી કેમ કે એકના એક દીકરાને કોઈએ બહુજ ખરાબ રીતે માર્યો હતો. તેની લાશ એમના મગજમાં છપાઈ ગયી હતી તે વારે ઘડીયે તે તસ્વીર તકલીફ પહોંચાડતી હતી.

(૨૪ ઓગસ્ટ ૨૦૧૯)

મેહુલનો દીકરો ઘરે હતો, થોડા સમય પછી મેહુલ ઘરે આવ્યો બપોરનો સમય હતો. મેહુલ જેવો ઘરે આવ્યો તો તેને હોલરૂમમાં અભયની લાશ જોઈ, મનમાં અને મનમાં રોવા માંડ્યો, પોલીસને બોલાવી દીધી. પોલીસ ત્યાં થોડીવારમાં પહોંચી ગયી. મેહુલ ઘરના ખૂણામાં માથે ટેકો રાખીને બેઠો હતો. ચપ્પુ અભયના હાથમાં હતું એવીરીતે કે જતે પોતાના પેટ પર ઘા માર્યા હોય. પોલીસ આવી તો ગયી પણ આ મેહુલ પોતે આઈ.પી. એસ હતો તો આવું શું થયું તેના ઘરે? જો આઈ.પી.એસના ઘરે આવું થતું રહેશે તો આમ જનતા શું કરશે! આ પ્રશ્ન ઉદભવા લાગ્યો. મીડિયા-પત્રકાર ત્યાં પહોંચી તો ગયા પણ આવા પ્રશ્નથી બહુજ ખરાબ એહસાસ થતો હતો પોલીસોને. ત્યાં પોલીસ

અધિકારી અનિલ પૂછતાછ કરતો હતો.

"મેહુલ સર, તમારા ઘરેથી સામાન મળ્યો છે. જે તમારા ઉપર ઈસારો કરી રહ્યો છે કે આ હત્યા તમે કરી?" અનિલે પૂછ્યું.

મેહુલ ચૂપ હતો, આંખોમાં આંસુની સાથે ધીરે રહી મોઢું ઊંચું કરી અનિલની સામું જોવે છે.

"મને આના વિશે જરાય ખબર નથી. હત્યારાએ બહુજ ચાલાકીથી આ કામ પૂરું કર્યું અને નામ મારાં ઉપર ઢોળાય તે રીતે રમત રમી. જે પણ હોય તમે તમારું કામ કરી શકો. જો તમારું કામ મને પોલીસ સ્ટેશન લઈ જવાનુ કહે તો તે કરી શકો, હું આવવા તૈયાર છું." મેહુલે રોતા અવાજે કહ્યું.

"સર, તમને લઈ જવામાં મને બહુજ ખરાબ એહસાસ થઈ રહ્યો છે પરંતુ સાબિતી બધી તમારા વિરુદ્ધ જઈ રહી છે. માફ કરશો આપ. તમને અમારે પોલીસ સ્ટેશન લઈ જવા તો પડશે, કેમ કે બીજો કોઈ ઉપાય નથી." અનિલે સરળતાથી કહ્યું.

મેહુલને સ્ટેશન લાવવામાં આવ્યો અને તેની પૂછપરછ કરવામાં આવી, તેમના રિમાન્ડ રૂમમાં.

"સર, જો કે આ તો તમારો રિમાન્ડ રૂમ છે. મારે તમને અહીં લાવીને પૂછપરછ કરવી પડે છે. એમ તો તમે મારાથી ઉપરના અધિકારી છો. પૂછવું ના પડે છતાં એક જ વાર પૂછીશ, શું આ બધાજ કામમાં તમારો હાથ છે ખરો? હા કે નામાં જવાબ આપો સર." અનિલે ધીરે રહીને પૂછ્યું.

"ના, અનિલ." મેહુલે સરળતાથી જવાબ આપ્યો.

"આમ તો સર, ખાલી હત્યાંનો કેસ હોત તો ઉચ્ચ ન્યાયાલયમાં ન્યાય થાત. પરંતુ આ ભ્રષ્ટાચાર અને બંધારણનું ઉલ્લંઘન કરવાનો કેસ બની રહ્યો છે જે ટ્રીબ્યુનલ પાસે તપાસ કરવા મોકલવામાં આવેલ છે, સી.બી.આઈ હાથ પર લેશે કામ, ત્યારબાદ ઉચ્ચ ન્યાયાલયમાં જશે આ કેસ." અનિલે કહ્યું.

૨૫ ઓગસ્ટ ૨૦૧૯

ત્યારપછી ટ્રીબ્યુનલ ત્રિભુવનભાઈ હતા તેમના હાથમાં કેસની સી.બી.આઈ તપાસ શરૂ થઈ ગયી. સી.બી.આઈ અધિકારી તરંગ શર્મા ઘરની તપાસ કરવા ગયા. તપાસ કરતા હતા ત્યારે તે ઘરે આજુબાજુ બધુંજ જોતા હતા. ઘરમાં બધી વસ્તુનું પંચનામું થયી ગયું હોવાથી તે ખુલ્લા હાથ અને ખુલ્લા પગે અંદર ગયા. અત્યારે તેમની જોડે બીજા બે માણસો હતા. ઘર જોતા જોતા જ્યાં લાશ મળી હતી ત્યાં આજુબાજુ નજર કરી, કશું મળતું નહોતું. ત્યારબાદ તરંગ શર્મા રસોડા બાજુ ગયા તો તેમના લપસ્યા પગ, તો તેમણે નીચે નમીને જોયું તો પાવડર ઢોળાયેલો. તે પાવડર સુંઘ્યો તો ડ્રગ હતું. પછી આખુ તપાસ કર્યા બાદ પોલીસ સ્ટેશન આવ્યા તે દિવસ પૂછપરછ કરવા.

ત્યાં મેહુલને બેસાડેલા હતા રિમાન્ડ રૂમમાં ત્યાં આ અધિકારી તરંગ ગયા અને તેની સામું બેઠા.

"તમે પોતે આઈ.પી.એસ અધિકારી છો. હું બસ એટલું ઈચ્છીશ કે તમે કોઈ ગુનેગાર જોડે સાચું બોલવા તેને મારતા કે બીજું કરતા હોય, એ વસ્તુ મારે કદાચ વાપરવી ના પડે. આવું એટલા માટે બોલું છું કેમ કે બધી સાબિતી મુજબ તમેજ ગુનેગાર લાગી રહ્યા છો." તરંગે કહ્યું.

"શંકા રાખવી સારી વાત હશે, અત્યારે ફેંસલો આપવો કદાચ સાચો ના પણ હોય! બની શકે." મેહુલે કહ્યું.

"તો શું તમે એમ કહો છો કે આ બધી વાત ખોટી?" તરંગે પૂછ્યું.

"કંઈ વાત?" મેહુલે વળતું પૂછ્યું.

"સાંભળો ધ્યાનથી, તમારા દીકરાની લાશ ઘરે મળી બે વાગે જયારે તમે ગયા ઘરે. લાશ તો જોઈ તરત પોલીસ બોલાવી. પાડોશીના બધાને પૂછવામાં આવ્યું તો જાણવા મળ્યું કે બે વાગ્યાની આજુબાજુ ઘરે આવ્યા તમે. ઘરે આવ્યાની સાથે અને પોલીસ બોલાવ્યાની વચ્ચે શું થઈ રહ્યું જે જાણવા મળ્યું નથી.

પણ એક વસ્તુ પાક્કી જાણવા મળેલ છે કે ઘરના એક રુમમાં બસ્સો કરોડથી વધારે પૈસા અને તેજ રૂમમાં તમારા સહીના કાગળ મળ્યા, તેમાં તમારી જમીન જાયદાદ હજાર કરોડની! વાહ સાહેબ વાહ. ભ્રસ્ટાચારના કિંગ થયાં આપ. ગાડીના પૈસા અને ડ્રગ મળ્યું તે અલગ, એ જ ડ્રગ તમારા રસોડામાં ઢોળાયેલું મળ્યું. મતલબ તને એક થેલી લઈને ઘરમાં તો ગયા, અભયને જબરદસ્તી ડ્રગ આપ્યું તેને મારી નાખ્યો અને તેના હાથમાં ચપ્પુ આપું દીધું." તરંગે કહ્યું.

"આ, આખી વાર્તામાં તમે એક વાત ભૂલી ગયા. અભય મારો એકનાએક દીકરો. પપ્પા કોઈ દિવસ પોતાના દીકરાને આવી રીતે ના મારે!" મેહુલે થોડાક ઊંચા અવાજે ગુસ્સામાં કહ્યું.

"બધી વાત તો તમારી સાચી હશે. કદાચ તમારું જાણી ગયો હોય કે ડ્રગનો વેપારી અને અપરાધી, જેને ઘણીય હત્યાં કરી પરંતુ સાબિતી વગર છૂટી ગયો માણસ જેનું નામ શિવાંગ મિસ્ત્રી હતું. તમે તેના પાસે પૈસા લીધા હશે, જેનાથી શિવાંગ બધી જગ્યાએ આરામથી ડ્રગ અને બંદૂકોનો વેપાર

કરી શકે અને ડ્રગ તમે પોતે પોતાના ઘરમાં છુપાવા લાવ્યા હતા. તો રેડ પણ ના પડી શકે. શિવાંગ જોડે અમને જતા ફાંફા પડે છે તો તમે ત્યાંથી ચોરીને તો આટલો સામાન લાવ્યા નહીઁ હોય? તમે તો અંદરનાજ માણસ હશો તો જ આ બધો મેળ પડે ને!" તરંગે કહ્યું.

"હજુ તમારાથી વાત છૂટી રહી છે. તપાસ કરવાની જરૂર છે." મેહુલે કહ્યું.

"તપાસ અમે કરી, અમે પુરી ટીમ લઈને શિવાંગના ઘરે ગયા હતા. ત્યાં જાણવા મળ્યું કે એ કંઈ આવા ધંધા કરતો જ નથી, તો પછી મારે એની વાત માનવી પડી જે દેખાઈ રહેલ છે. કારણ એટલુંજ કે એની વિરુદ્ધ સાબિતી નથી." તરંગે કહ્યું.

"હવે મારી વાત સાંભળો. જયારે હું ઘરે ગયો ત્યારે તરત જ પોલીસ બોલાવી લીધી એ મેં ખાલી કહ્યું. એટલા માટે આવું કહ્યું કે હું થોડી તપાસ કરું ઘરની, આ બધુંજ ઘરમાં પડ્યું હતું તમે જે કહ્યું. બીજી વાત એવી હતી કે રસોડાની બારીમાંથી કોઈ ઘરમાં આવ્યું, તેને કદાચ સફેદ કપડાં પહેર્યા હોવા જોઈએ કેમ કે બારીને ત્યાં થોડાક ફાટી ગયા હતા. એનો ટુકડો હું લઈને આવ્યો, આ રહ્યો લો. બીજું તે ઘરમાં આવી મારા દીકરાને જબરદસ્તી ડ્રગ સૂંઘાડ્યું હોઈ શકે પણ એવુ લાગતું નથી કેમ કે શરીર પર કોઈ ઘાવ મળ્યા નહીઁ. કદાચ અભય પહેલાથી જ ડ્રગ સુંઘીને તૈયાર હશે. તો કોઈએ તેને મારી નાખ્યો અને હાથમાં ચપ્પુ આપી દીધું.
હવે બહાર જતી વખતે તેને એક વાતની ભૂલ કરી, એ વાત હતી એવી કે બાજુના ઘરમાંથી પાણી આવતું હતું તો તે બારીની બહાર ગયો તો મારાં ઘરમાં પાછળ તેના બુટના નિશાન પડ્યા. જે તપાસ થઈ જ નથી." મેહુલે કહ્યું.

"અમે તે પણ તપાસ કરી. તે જોઈને જ હું શિવાંગના ઘરે ગયો હતો ત્યારે તેના ઘરની બાજુની દીવાલ કૂદીને ઘરમાં કોઈ આવ્યું હશે જેના નિશાન પુરા કરવામાં આવ્યા છે, પરંતુ દીવાલે પડેલા દાગ તે લૂંછી ના શક્યો. તો શંકા તેના ઉપર જાય પણ અત્યારે તો શંકા તમારી ઉપર છે." તરંગે જવાબ આપતાં કહ્યું.

(૩૧ ઓગસ્ટ ૨૦૧૯ ટ્રીબ્યુનલ ઓફિસ)

થોડા દિવસ આમને આમ થયું કામ અને એકત્રીસ તારીખે ટ્રીબ્યુનલ ત્રિભુવનભાઈને સામે કેસ લાવવામાં આવ્યો. ત્યાં તેની પૂછપરછમાં અને સાબિતી મળી હતી તેમાં ગુનેગાર તે જ સાબિત થયો હતો.

"શું તમે પોતાના બચાવ માટે સમય માંગી શકો? તો આગળની તપાસ થોડી તમારા વકીલ મુજબ અમને બતાવી શકો!" ત્રિભુવનભાઈએ કહ્યું.

ત્યાં તો જવાબ આપ્યો જ નહીઁ, ચૂપ રહ્યો કંઈ બોલ્યો જ નહીઁ. તે ઉચ્ચ ન્યાયાલયમાં વાત લઈ જવાની સહી કરતાની સાથે તરંગ પહોંચી ગયો.

"ઉભા રહો, સર." દોડતા આવ્યાની સાથે ત્રિભુવનભાઈને રોક્યા.

"શું, કેમ કંઈ મળ્યું છે?" ત્રિભુવનભાઈએ પૂછ્યું.

"હા, સર. મેહુલ જોશી સર ગુનેગાર નથી." તરંગે કહ્યું.

"એટલે શું, સાબિતી શું મળી?" ત્રિભુવનભાઈએ પૂછ્યું.

"જોવો સાંભળો.

પહેલું, બારીમાં એક ટુકડો મળ્યો હતો કપડાંનો તે શિવાંગના ભાઈના કુર્તાનો હતો.

બીજું, પૈસા-ડ્રગ-જમીનના કાગળ આ બધુંજ શિવાંગનું હતું. તેનું કારણ એટલું જ કે જયારે હું જમીનના કાગળ ધ્યાનથી વાંચતો હતો ત્યારે એક કાગળમાં બે થર દેખાયા. મને થયું આ છે શું? તો તે થર ખુલતા નહોતા. પણ જયારે હું સિગરેટ પીતો હતો ત્યારે તેનો તણખો તેના ઉપર પડતા તરત સળગ્યો કાગળ, અને ઉપરનું થર જતું રહ્યું. આ થરને વિજ્ઞાનની ભાષામાં ફ્લેશ પેપર કહેવાય. જેના ઉપર લખી શકાય, છાપાણી કરી શકાય પણ કોઈ તણખો થાય ત્યારે એક સેકન્ડના કેટલાય નાના ભાગમાં તે સળગી તો જાય, ત્યારે તે નીચેના કાગળને સળગવા દે નહીં અને તેની છાપાણી પણ જતી રહે. નીચે કાગળ મળ્યા હતા તેના પર શિવાંગના અક્ષર મળ્યા. જો કે હવે ભ્રષ્ટાચારનો એક ગુનો પૂરો કે જમીન અને પૈસા મળ્યા તે મેહુલ સરના હતા.

ત્રીજું, ડ્રગ મળ્યું એટલા માટે કે જયારે સરના ઘરે આગલી રાત્રે પડી હતી, તો એ સમયે તેમની ગાડી ચાલાકીથી બદલી દેવાયી હોઈ શકે, કેમ કે ટાયરના ઘરેથી બે નિશાન મળ્યા. હવે નંબર ગાડીનો સરખો જ હતો પણ ચેચિસ નંબર સરખો થયો નહીં. સરની ગાડી શિવાંગના ઘરની પાછળ સાત કિલોમીટર દુર સળગી ગયેલી મળી.

આ આખી વાત પરથી તે સાબિતી થાય છે કે મેહુલ સર ગુનેગાર નથી. હવે વાત રહી શિવાંગે આમ કેમ કરાવ્યું હશે! તો તેનો જવાબ એ છે કે આજથી છ મહિના પહેલા શિવાંગનો દીકરો મુંબઈ બંદૂક વેચવા માટે ગયો હતો. તો ત્યાં મેહુલ સરને સમાચાર મળતા તે લોકો ત્યાં ગયા હતા, જયારે મેહુલ સરની પોસ્ટિંગ મુંબઈ હતી. ગોળીબારમાં મરી ગયો શિવાંગનો દીકરો અને તેને પછી બદલો લેવાનું નક્કી કર્યું. પૈસાના પાવર પર બદલી અમદાવાદ અહીંયા કરી જેનાથી

મેહુલ સરના દીકરાને મારી બદલો લઇ શકે. આ આખી તપાસ થઇ ચુકી છે અને તે મળેલ બધી વસ્તુ અને કાગળને પોલીસ સ્ટેશને પંચનામું કરવા મોકલ્યા છે જે હમણાં થોડીવારમાં તમારી સમક્ષ રાખું છું." તરંગે આખી વાત સમજવતા કહ્યું.

આ રીતે મેહુલ છૂટી ગયો અને પાક્કી સાબિતીના લીધે શિવાંગ અને તેનો પકડાઈ ગયો. ત્યારબાદ મેહુલના ઘરે તરંગ બેઠો હતો અને મેહુલ સાથે ચા પી રહ્યો હતો.

"મને ખબર છે, આ હત્યાં તમેજ કરી છે મેહુલ સર." મેહુલની સામું જોતા કહ્યું.

મેહુલ હસાવ લાગ્યો અને તરંગ પણ હસવા લાગ્યો.

"તને કંઈરીતે ખબર પડી?" મેહુલે પૂછ્યું.

"તમારા પાડોશી જોડે પૂછતાંછ કરતા ખબર પડી કે તમે એ દિવસે જ સાયરન વગાડી. રોજ ના વગાડે નહીં અને અચાનક આવો દિવસ આવ્યો એટલે શંકા તો મોટી બની." તરંગે કહ્યું.

ત્યાં અચાનક ત્રિભુવનભાઈએ ઘરમાં આવીને કહ્યું, "પણ મેહુલ તારો ડી.એન.એ મર્યો તેના સાથે મળ્યો નહીં."

"એનો મતલબ તમને પણ ખબર હતી કે આ હત્યાં મેં કરી છે એમને." મેહુલે કહ્યું.

"અમને બંનેને જ ખાલી. બીજા કોઈને નહોતી ખબર. હું બેસી તો શકુને! પૂછ્યું નહીં." ત્રિભુવનભાઈએ સોફા જોડે આવીને પૂછ્યું.

"આ છુપાવાનું અને મને બચવાનું કારણ!" મેહુલે આશ્ચર્ય સાથે પૂછ્યું.

"થાય તો હત્યાંના કેસમાં સજા મળી શકેત. પહેલા તરંગને રિપોર્ટ મળ્યો જે મર્યો તેનો, ત્યાં સાબિતી મળી કે તારો દીકરો નથી તે ફક્ત ચહેરો છે. પછી અત્યાર સુધીમાં પકડાતો નહોતો તે શિવાંગને પકડવો અમારે આનાથી મોટો સારોં સમય નહોતો મળવાનો. જે હોય તે, આ આખુ તે કર્યું કંઈરીતે?" ત્રિભુવનભાઈએ પૂછ્યું.

(અભય તેના રૂમમાંથી નીકળી બહાર આમના જોડે આવીને બેઠો.)

"પહેલા તો અભય આ ઘરમાં પહેલેથી છે. હવે પાક્કું થઈ ગયું કે અભય મર્યો નથી. મુંબઈ જ્યારે શિવાંગના દીકરાને પકડ્યો તો તે ગુનેગાર જ હતો. મેં વિચાર્યું કે તેને મરતો સાબિત કરવો હોય તો જે ગોડાઉનમાં તે મળ્યા હતા તેમાં બીજા લોકોને સળગાવી મેં સાબિત કર્યું કે શિવાંગનો દીકરો નીતીશ મરી ગયો.

પછી મને શંકા હતી કે શિવાંગ મને તેની આજુબાજુના વિસ્તારમાં બદલી કરશે. જ્યારે આવું થયું તે પહેલા મેં તેના દીકરાનો ચહેરો બદલી મારા દીકરા જેવો ચહેરો પ્લાસ્ટિક સર્જરી કરીને બનાવ્યો. પછી તેના દીકરાને ડ્રગ રોજ હું આપતો તો શરીર તેનું પતી જ ગયું હતું. આ થયું તેની આગલી રાત્રે મેં શિવાંગના ઘરે જઈને ચોરી કરી છુપાઈને, પૈસા જમીનના કાગળિયા, ડ્રગ એ બધી વસ્તુ મારાં ઘરે રાખી અને ગાડી તો મેં તે જ રાત્રે બદલીને પાછળ સળગાવી મેં જ હતી.

પછી બીજા દિવસે સવારે હું ગાડી લઈને નીકળી તો ગયો પણ પાછળના દરવાજેથી શિવાંગના ભાઈના કપડાં પહેરી હું અંદર આવ્યો અને જે તમને બતાવા માંગતો હતો તે બતાવ્યું, અત્યાર સુધીનું બધું તમને બીજું ખબર જ છે. બહાર રસોડાની બારીમાંથી નીકળતા

બાજુવાળાનું પાણી આવ્યું તેનાથી પગના નિશાન રહ્યા. બીજું કે શિવાંગના ઘરે દીવાલ પર તરંગને પગના નિશાન મળ્યા જે મેં જાણી જોઈને પાડેલા હતા. ત્યારબાદ હું આગળથી ઘરે આવ્યો તો સાયરન વગાડ્યું મેં, એટલા માટે કે બધાને ખબર પડે કે હું બે વાગે જ આવ્યો હતો. મારું નામ આવાથી શિવાંગ મારી ઉપર હુમલો ના કરેત અને હું આસાનીથી બચી જાત પોલીસ કસ્ટડીમાં રહીને. હવે હું સલવાત તો કહી દેત કે આ બધું શિવાંગનું હતું તેને મને આપ્યું ચૂપ રહેવા માટે, તો હું તો સલવાત પણ અત્યારસુધીનો મોટો ગુંડો પણ સલવાત. મારું નસીબ ત્યાં ચમક્યું કે કાગળ પરથી ફ્લેશ પેપરનો થર જતો રહ્યો અને તમને ખબર પડી ગયી કે મરનાર મારો દીકરો નહીં તેનો દીકરો છે. શિવાંગ જે અત્યાર સુધી બચ્યો હતો અને તેનો દીકરો પણ, બંનેને પકડવા જરૂરી હતા. હું બહાર હોત તો ગમે તે કરીને મને મારવાની કોશિશ તો કરેત જ એટલે મેં પોતાને સલવાયો, જેનાથી શિવાંગ ખુશ થાત અને તેમાંજ તેની ભૂલ થઈ ગયી કે તેના ઘરેથી પૈસા ચોરાઈ ગયા તે પોલીસને કહ્યું નહીં. જો તે કહ્યું હોત તો મારી રમત રમાત જ નહીં." મેહુલે આખી રમત સમજવતા કહ્યું.

"મસ્ત રમ્યો. બધાજ તેના કાંડ બહાર આવ્યા અને તેને પકડ્યો. અમને લાગ્યુ તો હતું તું રમી રહ્યો છે, કાગળ બીજાના મળવા અને લાશ બીજાની હોવી. અમે તો બસ તમે છોડીને સાંભળવા માંગતા હતા કે તે શું કામ આ બધું કર્યું! ચાલો કંઈ નહીં સારું થયું, આમ તો ટ્રીબ્યુનલનું કામ સરકારી અધિકારીને કાયદા સમજવા માટેનું હોય છે. તે તો કાયદાનું ઉલ્લંઘન તો કર્યું પણ કાયદો બચાવા માટે કર્યું. લાખો લોકોનું જીવન બચાવા માટે આવું કામ કર્યું. અમને તારા ઉપર ગર્વ રહેશે. આભાર મેહુલ." ત્રિભુવનભાઈએ મેહુલ પર ગર્વ માનતાં કહ્યું.

(સમાપ્ત)

ટ્રીબ્યુનલ: ૩૨૩ એ (વહીવટી ટ્રીબ્યુનલ.)

૩૨૩ બી (ટ્રીબ્યુનલની અમુક જોગવાહી.)

....
જે.આઈ.સી

{   પ્રસ્તાવના

જે.આઈ.સી એક સંગઠન દ્વારા રચાયેલ સમિતિમાં સભ્યોને નીમવામાં આવ્યા હતા, જે આગળથી અલગ-અલગ સંગઠન બન્યા હતા આપણા આ ભારત દેશની સુરક્ષા માટે, આવી જ એક કાલ્પનિક કથા બનાવેલ છે. જે કોઈના જીવન પર લખાયેલ નથી. ખાસ તો નોંધવાનું કે રાષ્ટ્રીય સ્તરે વાર્તા હોવાથી હિન્દી ભાષા હોવી જોઈએ પરંતુ ગુજરાતી ભાષા પર ભાર મૂકી રચવામાં આવેલ છે. :હેમીલકુમાર પી પટેલ   }

બ્રિટિશ ભારતમાં ૧૮૬૧ના દાયકામાં ગવર્નર જનરલની કારોબારી પરિષદને મદદ કરવા માટે એક અલગ વિભાગીય વ્યવસ્થાની શરૂઆત થઈ હતી. થોડા સમય જતા અલગ-અલગ સંગઠન બનતા ગયા. શરૂઆતમાં કેબિનેટ સચિવાલયમાં મુખ્યત્વે ત્રણ શાખાઓનો સમાવેશ થતો હતો: નાગરિક શાખા, લશ્કરી શાખા, જાસૂસી શાખા. પાછળથી ૧૯૮૮માં કેબિનેટ સચિવાલયમાં લોકફરિયાદ વિભાગની શરૂઆત થઈ. તેની બે પેટા સંસ્થા પણ રાખવામાં આવી. જેમાં એક છે જે.આઈ.સી એટલેકે જોઈન્ટ ઈન્ટેલીજન્ટ કમિટી, અને બીજી છે એન.એ.સી.ડબ્લ્યુ.સી એટલે કે નેશનલ ઓથોરિટી ફોર કેમિકલ વેપન કન્વેશન.

જે.આઈ.સી પછી અલગ-અલગ પ્રકારની સંસ્થા ભારત દેશમાં બનવા માંડી. જેમ કે આઈ.બી, સી.બી.આઈ, રો, એન.સી.સી દ્વારા આર્મીનિ તાલીમ આપવામાં આવતી. આવી જ એક સંસ્થા આ.બી ઈન્ટેલીજન્ટ બ્યુરો દ્વારા થતી તપાસમાં મુખ્ય કિરદાર કીર્તન નેહરા,

જેઓ હતા ગુજરાતના રહેવાસી અને તેમને દેશ માટે આ.બીમાં નીમવામાં આવેલ હતા.

આઈ.બી સંગઠન આખુ દિલ્હી તું ચાલ્યું હતું પરંતુ એક ખાસ તપાસ માટે ગુજરાતમાં તેમની ટિમ સહીત બોલાવેલ હતા. સી.બી.આઈ દ્વારા અહેવાલ આવ્યો હતો દિલ્હીમાં, એક ભારે તપાસ માટે તેમને બોલાવ્યા હતા ગુજરાત.

૨૦ ઓગસ્ટ ૨૦૧૮

કીર્તન નહેરા અને તેની ટિમ સુરેશ, વિનોદ, પ્રકાશ અને હેમીલ સાથે આવ્યા હતા. સી.બી.આઈ ઓફિસે પહોંચી સીધા તે ઓફિસમાં ગયા જેમને બોલાવેલ હતા તે નિલેશ શર્મા હતા. જેમને આ નોકરીને ઓગણીસ વર્ષ પુરા થયાં હતા. કીર્તન અને તેમના માણસો ઓફિસે પહોંચ્યા.

"આવી શકીયે સર." ઓફિસનો દરવાજો ખોલી કીર્તને કહ્યું.

"અરે તમારે પૂછવાનું ના હોય. આવો અંદર, મારે કામ શરુ જ છે." નિલેશભાઈએ કહ્યું.

"કંઈક મોટું થવાનું છે, એવુ કહ્યું હતું તમે? એટલે કંઈક અમારી જરૂર પડી હતી આવા સમાચાર મળ્યા અમને." કીર્તને કહ્યું.

"હા કીર્તનભાઈ. એમાં એવુ હતું કે સી.બી.આઈ બધા ગુના તપાસ કરી શકે, પણ અત્યારે આ મામલો દેશની અંદરનો અને દેશની બહાર સુધીનો હતો. વાતમાં ખાલી એવુ જ હતું કે અમદાવાદના ભાટ ગામમાંથી આવીને અમદાવાદ સાયન્સસીટીમાં રહેવા ગયા હતા, એવા એમ.એલ.એ

મહેશ મહેતાએ ત્રણ દિવસ પહેલા પોતાના દીકરાને મારવાના ગુનામાં પકડ઼ા. વાત ખાલી અહીંયા પુરી થતી નથી, જ્યારે આવું થયું ત્યારે હોટેલ સીમામાં ગેંગ વોર થયો. એમાંનો એક ગેંગ મહેશની હતી એવુ લાગે છે, હતી કે નહિ તે જાણતા નથી. બીજું કે કાલે રાત્રે અમે હથિયારવાળી ટ્રક પકડી ત્યારે દૂરથી ડ્રાઇવર ટ્રકને પહેલા ગિયરમાં મૂકી, એક્સિલેટર પર ઇંટ મૂકી જવા દઈને એક્સીડિન્ટ કરાવી દીધો. કદાચ ડ્રાઇવરને એવુ હશે કે ટ્રક હવે પકડાય તો હું ભાગું. પછી એમ.એલ.એના દીકરાએ ડ્રગ લીધું એવુ પોસ્ટમોટમમાં આવ્યું છે. આ આખુ અમે તપાસ કરી તો કંઈક મોટું યુદ્ધ કે પછી આતંકવાદી હુમલો થાય એવુ લાગે છે. જોકે જોવા જઈયે તો મહેશ અને આ હથિયાર વચ્ચે કોઈ સંબંધ નથી પણ હોય તો બહારથી તપાસ કરવી પડે તેમ છે." નિલેશભાઈએ આખો કેસ જણાવતા કહ્યું.

"મને તમારું બધું બતાવો." કીર્તને ઉભા થઈને કહ્યું.

"હા, આ બધું ટેબલ પર તે જ છે." નિલેશભાઈએ કહ્યું.

"હું જોવું." આટલુ કહેતા કીર્તન જોવા માંડ઼ો. જોતા જોતા તેને કાગળ ફેંદ઼ા અને કહ્યું, "પહેલી વાત એ છે, કે ડ્રગના નિશાન નાકના ઉપરના છેડે લખેલા છે. ડ્રગ ખેંચવાવાળો માણસ જો ખેંચે તો પ્રેસરથી જબરજસ્ત ધક્કો લાગે અને તે પાવડર સીધો નાકમાંથી ઉતરી ગળામાં જાત, પણ તે ગયું નથી. એનો મતલબ કે તેને માર્યા પછી ડ્રગને નાકમાંથી ધક્કો મારીને પેસાડ઼ું છે. લોહીના રિપોર્ટમાં ડ્રગ મળે છે મતલબ ઇન્જેકશનથી સીધું લોહીમાં જવા દીધું. એ છેદ પણ શરીરિ મળ્યો, જે જબરજસ્તીથી નથી."

"તો એવુ હોય તો ખબર ના પડે કે માર્યા પછી ડ્રગ આપ્યું?" નિલેશભાઈએ કહ્યું.

"હા એ વાત સાચી છે. પણ જો ઈન્જેકશન માર્યાની સાથે બરફ ઘસવામાં આવે તો ઈન્જેકશનના દાગ જીવતા હોય તે રીતે રહે. બીજું કે માર્યાની તરત જ આ કામ શક્ય છે. છતાં પણ એક તમારી તપાસ આમાં જરૂરી છે. બહારથી કોઈ કામ કે ષડયંત્ર ચાલુ છે એની તપાસ અમે કરવાનાં છીએ. વાત એટલી યાદ રાખો કે અમે કોઈ અધિકારી નહિ પણ સામાન્ય માણસ છીએ." કીર્તને કહ્યું.

ત્યાંથી પછી કીર્તનભાઈ જોડે આવેલા માણસ છે જે નીકળી જાય છે અને ભાડે ઘર શોધવાના બહાનું કાઢી આમ તેમ અલગ અલગ સોસાયટીમાં ફરે છે અને જે પણ ચીલમ અને ડ્રગ લેતા અમુક લોકો દેખાય છે. ત્યારે કીર્તનભાઈ બીજા ચાર એના માણસોને ફોન કરી બોલાવી વાત કરે છે. જે જગ્યાએ બોલાવે છે એ જગ્યા અમદાવાદના નિકોલ વિસ્તારમાં બધા એકઠા થાય છે.

"અલગ અલગ વિસ્તારમાં ફર્યા પછી એવુ લાગી રહ્યું છે કે અમુક એરિયામાંતો નક્કી જ નથી થતું કે આવા વ્યસન કરે. ચિલમ, ડ્રગ અને જે વિદ્યાર્થી વાઈટનર વાપરે છે એને કપડામાં બાંધીને સૂંઘે છે. એમાંથી એક માણસ જોડે હું મળ્યો, તો જાણવા મળ્યું કે આ જેટલું પર રોકો મળતું જ રહેશે. નશીલા લોકો વધવા માંડ્યા છે. આ પાછું અમુક વિસ્તારમાં જોવા મળ્યું. આવા સારા અને સ્વચ્છ વિસ્તારમાં આવું ના થાય એટલે આ જગ્યાએ મિટિંગ રાખી. હવે સુરેશ તું નીકળ સેલવાસ, વિનોદ તું નીકળ દીવ સૌરાષ્ટ્ર, પ્રકાશ તું નીકળ પીરાણા અમદાવાદ અને હેમીલ તું નીકળ બનાસકાંઠા કે જ્યાં પર્વત પરથી સોનું, તાંબું એવુ કંઈક મળી રહે છે." કીર્તનભાઈએ બધું સમજવતા કહ્યું.

"પણ બનાસકાંઠા અને પીરાણામાં શું લાગે વળગે આપણી શોધમાં?" પ્રશ્ન પૂછતાં હેમીલે કહ્યું.

"એ ત્યાં જાઓ એટલે ખબર પડે. કાલ નહિ અને પરમદિવસે રાત્રે અહીંયા મળીશુ. હું જાઉં છું કચ્છ દિન દયાળ પોર્ટ. હવે નીકળો." આટલુ કીર્તનભાઈએ કહ્યાની સાથે બધા નીકળી ગયા.

જે દિવસે કહ્યું એ દિવસે તે રાત્રે પાછા મળ્યા.

"શું મળ્યું બધાને? એ કહો પછી હું આગળનું કહું." કીર્તનભાઈએ પૂછ્યું.

"હું સેલવાસ ગયો ત્યાં નજરમાં આવ્યું કે ખુલ્લામાં બધા વ્યસન કરી રહ્યા છે. આજથી દસ વર્ષ પહેલા એક્સીડિન્ટ એક થયો હતો તે ભાઈએ કેસ કરેલો તો જાણવા મળ્યું કે એક્સીડિન્ટ કર્યો જેને એને ફુલ દારૂ પીધું હતું તો આવી રીતે ઘણા એક્સીડિન્ટ થયાં. એ કેશ નો ચુકાદો આવ્યો એટલે રોડથી પાંચસો મીટર અંદર બધું વહેંચણી થાય તો કઈ વાંધો નહિ. બીજું કે આ બધો માલ અલગ-અલગ જગ્યાએ જાય છે જે મોટા માથાંના લોકો લઈ જાય છે અને કોઈ રોકતું પણ નથી." સુરેશે કહ્યું.

"વિનોદ તારું પણ કંઈક આવું જ હશે એટલે આગળ જઈયે" કીર્તનભાઈએ કહ્યું.

"હું પીરાણા અમદાવાદ પહોંચ્યો, ત્યાં કચરાનો ઢગલો પડેલો છે. જ્યા ત્યાંનો કચરો ત્યાં એકઠો થાય છે અને એ કચરાની જરૂર કોને પડી હશે નથી ખબર! પણ રાતના સમયે ચોરી છુપી રીતે આ કચરો ટ્રકમાં ભરીને ક્યાંક લઈ જવાય છે." પ્રકાશે કહ્યું.

"ક્યાં જાય છે તે પણ જણાવું." કીર્તનભાઈએ કહ્યું.

"હવે હું ગયો બનાસકાંઠા, જોવા જઈયે તો તાંબું અને પીતળની સાથે સોનું જે નીકળે તે રાત્રે અલગ જગ્યાએ પહોંચાડવામાં આવે છે. કદાચ

કાળામાં વહેંચાતું હોય?" હેમીલે કહ્યું.

"આ બધાનો જવાબ મને કચ્છ દિન દયાળ પોર્ટ પર મળ્યો. મોટા માથાંના માનવી ભ્રષ્ટાચાર માટે ઓળખાય છે એ કહેવત અમુક ટકા સાચી તો ખરી. સુરેશનો જવાબ, સેલવાસથી માલ બધો પોલીસ સુઇ ગયી હોય કે જે સમયે નાસ્તો કે એમ કરતા હોય તો નાની ગાડી ભરીને કેટલાય નીકળે છે. વિનોદમાં પણ એમજ રહેશે. પ્રકાશનો જવાબ થોડો અટપટો લાગશે એને, કચરામાંથી વાઈટ કચરો લઈને જે સડેલો માલ છે તેનું નશીલું પદાર્થ બને છે જેને ડ્રગ કહી શકાય. હેમીલનો જવાબ આ કામ રાત્રે કરવામાં આવે સોનું બહાર નીકાળવામાં." કીર્તનભાઈએ કહ્યું.

"આ બધું આપણા કેશમાં કઈ રીતે લાગે વળગે?" હેમીલે પૂછ્યું.

"કચ્છમાંથી માલ એક્સપોર્ટ પણ થાય છે રાત્રે એટલે. અને આવા લોકોને કોઈ તો બચાવતું હોય તે એમ.એલ.એ હોઈ શકે. ત્યાંથી મને સમાચાર મળ્યા કે આ લડતમાં મહેશ મહેતા સામેલ હતા, જેનાથી એના વિરોધી વધ્યા. એટલે એ વિરોધીએ એના દીકરાને એવીજ રીતે માર્યો કે એ સલવાય અને જે પોતે આ બધા વ્યસનના વિરોધી હોય તે આવું કેમ કરી શકે? એટલે ભ્રષ્ટ લોકોએ મળીને આ રમત રમી છે. પણ હાથ એક જ માણસનો છે. કચ્છથી આવતી વખત એક હવાલદાર હતાં, ઉંમરે મોટા, જે એકદમ શાંત બેઠા હતા. સારો સમય જોઈને મેં પૂછ્યું સાહેબ આ બધું આવું થાય છે તમે વડીલ છો તો રોકી ના શકાય? તો એમનો જવાબ હતો, કે હું તો રોકવા ગયો પણ આ લોકોએ મારી પત્ની જે વિસ વર્ષ પહેલા મમ્મી બનવાની હતે એ સમયે આ જ એકપોર્ટ ડબ્બામાં ભરીને દરિયામાં ભૂખે મારી. હું એકલો પડી ગયો અને આવી રીતે જીવવા માંડ્યો. મારી જોડે કઈ જ વધ્યું ના. એટલે આજ રીતે ગુનમુન જીવવા માંગ્યો. એ કાકા રોઈ ગયા મારી સામે અને મેં વચન આપ્યું કે હું એ લોકોને સજા અપાવવા તૈયાર છું. તમારું નામ પણ નહિ આવે. તો એમને

કહ્યું, કઉ નામ આવે તો પણ શું હવે. ઘર તો છે એમાં રહેનાર કોઈ ના રાખ્યું આ લોકોએ. મરતા-મરતા જીવું છું કેમ કે મારી પત્નીની આત્મા મારી સાથે હોય તેવું મને રોજ લાગે છે. હું છું એની સાથે રોજ, અત્યારે પણ.

સાચું કહું તો અત્યારે પણ ભગવાન પર બધાને વિશ્વાસ તો હોય છે. એમનું પાત્ર મેં જોયું. આખા રસ્તે મારા આંખમાંથી આંસુ બંધ ના થયાં.

ત્યારબાદ હું ગયો મહેશ મહેતાના ઘરે. પોસ્ટમોટમ ખોટો હશે તે એપ્લિકેશન મેં ત્યાંથી જ આપી દીધું. કાલે રિપોર્ટ પણ આવી જશે. હવે આગળ આપને જે તપાસ્યું એ રિપોર્ટ કાલે હું આપી દઈશ. એકાદ વર્ષ પહેલા મહેશ મહેતાએ તેમના વિરોધ પાર્ટી તેજસ વિશ્વાસ પર કેસ ઠોક્યો હતો જે સાચો પડેલો અને તે અત્યારે ફરાર હતો. એનુજ કાંડ હશે કેમ કે એને આવીરીતે ઘાણુંય ભ્રષ્ટ કર્યું છે. એ સાબિત કરવું હવે સી.બી.આઈનું કામ છે. હવે આપને અંદરથી તો બદલ્યું હવે રોને કહીને બહારથી બદલાવીશું." કીર્તનભાઈએ આખો કેસ જણાવતા કહ્યું.

જેમ કહ્યું હતું એ રીતે તેજસ વિશ્વાસ ગુનેગાર નીકળ્યો અને આ લોકો બધા પાછા તો ગયા કેમ કે વિચાર એ હતો કે એક હવાલદાર નહિ પણ આવામાં એટલાંય લોકોને તડપાવીને આ લોકોએ માર્યા હશે, કદાચ એટલેજ કોઈ અવાજ ઉઠાવી નથી શકતું.

(આ આખી વાર્તા કાલ્પનિક રીતે ઘડવામાં આવી છે. આભાર.)

"હવે બોલ,અમુક લોકો જાતે લડાઈને અપનાવી લડતા હોય છે." રોનકે કહ્યું.

આંખમાં આંસુ સાથે નિલેશને ગળે મળ્યો. રોનક પહેલીવાર રોયો હતો તે દિવસે, કેમ કે તે અને નિલેશ બંને ભાઈ કરતા પણ વધારે પોતાના માનતા બંને એક બીજાને. કાંતો જીવતા રહીશુ કાંતો મોતને ભેટીશું, આ કોલેજ અને હોસ્ટેલને બચવાનો આસરો આ બંને જોડે હતો. બ્લાસ્ટ થઈ ગયો તે લોકોને ના બચાવી શકાય, પણ જે બચી ગયા તેમને તો સહીસલામત ઘરે મોકલી તો શકાય. આ બંને જણાની આંખમાં આંસુ સાથે પાછળના રસ્તેથી હોસ્ટેલમાં ઘૂસ્યા. બંદૂકમાં સાઈલેન્સર લગાવી દીધું. રોનકે ત્રણ જણાને મારવાનું નક્કી કર્યું હતું અને નિલેશે બે જણાને. ત્રણ બે એક કરીને જે રૂમમાં હતા તે દરવાજો ખોલીને તરત જ એમને મારી નાખ્યાં. બધા હોસ્ટેલના તેમની સામું જોવા લાગ્યા.

....

ભાગ 8 (યુદ્ધ)

હોસ્ટેલના પાંચ આતંકવાદીને મારીને નિલેશ અને રોનક બધા ઉભા હતા ત્યાં આવ્યા.

"સાંભળો મારી વાત ભાઈઓ. ક્યારેય કોલેજમાં કંઈ ફંક્સન કરવાનું હોય ત્યારે પહેલા હોસ્ટેલની મદદ લેવામાં આવે, કોલેજને શણગારવી હોય ત્યારે હોસ્ટેલના વિદ્યાર્થિને બોલવામાં આવે, વિદ્યાર્થિઓ બહારના હોય અને તેમણે કંઈક મદદ જોઈતી હોય તો હોસ્ટેલ. આવી રીતે ના જાણે કેટલીય આપને મદદ કરતા હોઈએ છીએ. આ વખતે કંઈક અલગ છે, આ વખતે જીવન આપવાનો ખેલ છે ભાઈઓ. આમેય આ લોકો આપણને છોડવાના નથી, એક એકને મારવાના છે આ લોકો. કોલેજને હાઈજેક કરી છે આમને. ખબર નહીઁ શું જરૂરી છે પણ આ લોકો મારવાના જ મૂડમાં છે. મારી પણ નાખશે.

હું બસ એટલું કહેવા માંગુ છું કે હોસ્ટેલના વિદ્યાર્થિઓ ક્યારેય કોઈપણ કામમાં પાછળ ના પડે, આ કહેવત સાચી રાખવી

જોઈએ. આપણા જીવ પર રમી એ લોકોને બચાવી લેવા જોઈએ. અત્યારે કોલેજના બધા જ વિદ્યાર્થીના વાલીના મોંઢા પર ઉદાસી છવાયેલી છે, શું તમે એ લોકોના મોંઢા પર સારી ઉમ્મીદ ના લાવી શકો! આપને કોલેજ અને બધા કેમ્પસના લોકોને મદદ કરતા આવ્યા છીએ, તો શું આ વખતે નહીઁ કરી શકો મદદ! હોસ્ટેલ એટેક પણ હોસ્ટેલનો એટેક કહેશે આ દુનિયા. કહેશે કે હોસ્ટેલમાં એટેક નથી થયો, હોસ્ટેલનો એટેક થયો છે આતંકવાદી પર. શું દુનિયા આવું કહે તો તમને સારામાં સારું મહેસુસ નહીઁ થાય?" રોનકે ઉમ્મીદ જગાવતા કહ્યું.

"અમે બધા તારીખ જોડે છીએ, હોસ્ટેલ પર એટેક નહીઁ હોસ્ટેલનો એટેક થશે." એક વિદ્યાર્થીએ કહ્યું.

આટલુ કહ્યાની સાથે આખી હોસ્ટેલના બધાજ સ્ટુડન્ટને બંદૂક છરા ગ્રેડેડ જે પણ હથિયાર હોય તે લેવાનું કહી દે છે.

"સાંભળો હવે મારી વાત બધા. સમય બહુજ ઓછો છે, કરવાનું છે એવુ કે કોલેજની બિલ્ડીંગ હોસ્ટેલથી સાતસો મીટર દુર છે આપને સીતેર જણા. બધાની બંદૂકમાં સાયલેન્સર જોઈએ. મારી જોડે છે જ. હવે દર દસ મિનિટમાં અડધી અડધી ટીમ થવી જોઈએ એ રીતે અલગ પડતા જવાનુ અને બિલ્ડીંગને આપને ગેરવાની. પછી ત્રણ ચાર માણસો સ્વેચ્છાએ સમજી બિલ્ડીંગને ઉંધી દિશામાં મોઁહું રાખું જમીન પર આડો પડી જશે કેમ કે કોઈ આતંકવાદી બહારથી અંદર પણ ના આવવો જોઈએ. અંદર હટ્ટા કટ્ટા જ જશે. જેની બોડી નાની તે બિલ્ડીંગનઈ ચારેય બાજુ એકાદ એકાદ ઉંધો સુઈ જઈ નજર રાખશે. હવે મે મારા ભાઈને વાત કરી તો સમાચાર મળ્યા કે તેમણે પરમિશન મળતા ચાર પાંચ કલાક થશે અને અહીઁ આવતા બીજા પાંચ કલાક એટલે દસ કલાક સુધી આપને સાચવવું પડશે અહીઁ. હવે જે બંદૂક લીધી હોય તેની વિશ પચીસ જેવી મેગેઝીન લઈ લેજો કંઈ ઘટે નહીઁ. હુમલો દિલથી કરવાનો કોઈ

પોલીસ હમણાં આવાની નથી કેમ કે મે મારા ભાઈને કહી પોલીસને અંદર આવતા રોકી છે કેમ કે એ અંદર આવશે તો વધારેજ હુમલો થશે. હવે વાત છે એવી કે બિલ્ડીંગમાંથી એ લોકો આપણને જોઈ ના જવા જોઈએ, જયારે તે બારી કે દરવાજા પાસે હોય તો આપને જગ્યા લઈને છુપાઈ જવાનું, સુલતાન મિર્ઝા બનવા નહીઁ જવાનુ. અને ખરા દિલથી વાંઢી જ નાખવાનો જડમુળમાંથી. સમજી ગયા તો ચાલો હવે આપને કોલેજમાં જઈયે હુમલો કરવા. આ વખતે હોસ્ટેલ એટેક નહીઁ પણ ઇતિહાસમાં હોસ્ટેલનો એટેક કહેવાય કેવું કરજો. આભાર આપનો." રોનકે કહ્યું.

હવે આ બાજુ કોલેજમાં બધા પોતપોતાની જગ્યાએ છુપાઈને બેઠા હતા અને જે દેખાય તેને મારી નાખતા હતા. રોનકને લાગ્યુ હતું કે કોઈને એમનેમ નહીઁ મારે પણ આ વખતે 26/11ની જેમ દેખાયો અને તરત મારી નાખતા હતા. બધા વિદ્યાર્થી અલગ અલગ જગ્યા છુપાઈ નીકળવાની કોશિશ કરતા હતા, તો ક્યાંક કોઈ એકલો વિદ્યાર્થી હોય તો તે આતંકવાદીને મારવા જતો તો આ લોકો નિર્દયી તેને પણ મારી નાખતા.

રોનકના કહ્યા અનુસાર બધા જ ગયા, કોલેજ બાજુ. રોનકે એમ-4 અને કાર-242 સ્નાઈપર લીધી હતી. તો તેના દૂરબીનમાંથી જોઈ તેને એક માણસ બારીમાં દેખાયો હતો તો તેને ત્યાં બેસી ગોળી મારી દીધી દૂરથી. આવું થયું તો આતંકવાદી બારીની બહાર આવતા ડરવા લાગ્યા.

"અભીતક તો કોઈ કમાન્ડો આયે નહીઁ હૈ, યે કોન હૈ?" એકે બીજાને પૂછ્યું.
"જિસ તરહ સે ગોલી લગી હૈ, ઉસ તરહ સે લગ રહા હૈ કી બડી બંદૂક સે મારાં હો. કમાન્ડો આ ચુકે હૈ. પહેલે કોલેજકે લોકો કો મારનેકી ફિરત

છોડો. સબકો બોલ દો બહાર કી તરફ઼ નજ઼ર રખે." બોસ બોલ્યો.

આ રીતે થયું તો બધા બહારની બાજુ નજર રાખવા માંડ્યા. હવે કેમ ગોળી રોનકે ચલાવી, કેમ કે જે રીતે રોનક ઈચ્છતો હતો કે બધા અલગ અલગ થઈ બિલ્ડીંગની આજુબાજુ પહોંચે તો તે હોસ્ટેલના વિદ્યાર્થી પહોંચી ગયા હતા. બધાજ કોલેજની બિલ્ડીંગની દીવાલની આજુબાજુ છુપાઈ ગયા હતા, જાડની ડાળી પોતાના પર પાથરી હતી, કેમ કે કોઈને પણ શંકા ના આવે કે કોઈ અહીંયા છે!

....
ભાગ 9 (કટ્ટરની લડાઈ)

નિલેશ કોલેજની દીવાલ નીચે છુપાઈ ગયો હતો અને રોનક ત્રણસો મીટર દૂર જાડની પાછળ કોલેજની પૂર્વ દિશામાંથી ફ઼ાયરિંગ કરતો હતો કોઈ બારીમાંથી દેખાય તો.

"બધા પોતાની પોઝિશન પર પહોંચી ગયા, નિલેશ?" રોનકે પૂછ્યું.

"હા રોનક. ઉપર કોઈ બારીમાંથી કોઈ નીકળતું નથી?" નિલેશે પૂછ્યું.

"હમણાં કોઈ દેખાતું નથી. હું કોલેજની સાઉથ સાઈડ જાઉં છું, જયા ત્રણ વર્કશોપ છે. ત્યાં કોઈ સ્ટુડન્ટ નહીઁ હોય. તે સેફ઼ જોન હશે. વર્કશોપની ઉપર ચાર પાંચ લોકોને સંતાડી, પોઝિશન પર ગોઠવી અંદર જવાનુ કરીયે. કેમ કે બધા જયા છુપાયા હશે તે મળ્યા તો પુરુ થઈ ગયું. હવે હું ભાગીશ, કદાચ કોઈ બહાર નીકળતું દેખાય કોઈને તો મારીજ નાખવાનો, આતંકવાદી જોજો ગમે તેને દે દે ના કરતા. હું નીકળું છું હવે." રોનકે કહ્યું.

રોનક જયારે ભાગતો હતો ત્યારે નિલેશ જાડીમાં છુપાયો હતો

તે રોનકને જોતો હતો ભાગતો. અને કવર આપતો હતો.

અચાનક એવુ થઈ કે કોઈ આતંકવાદી દેખાયું નહ‌ીઁ છતાં પણ રોનક ભાગતો હતો ત્યારે એક ગોળી આવી જે તેના ખંભા પર વાગી રોનકના, હળવી ચીસ પાડી તે જાડ પાછળ છુપાયો. ખંભા પર જોયું રોનકે અને ઘાવ વધારે નહોતો ગોળી અડીને જતી રહી હતી. રોનકને આ ખંભા પર ઘસાઈ ચાલી ગયી ગોળી વધારે દુખાવો આપતી હતી. આ ગોળી વાગી તે નિલેશ જોઈ ગયો હતો અને તે ડરી ગયો.

"રોનક રોનક, કંઈક બોલ ભાઈ!" આશ્ચર્યથી પૂછ્યું.

"હા, હા આંખો ખુલી છે." રોનકે કહ્યું. જેની આંખો લાલ ચોળ તંગી ગયી હતી અને તે હાથ પર શર્ટનું કપડું ફાડી બાંધી દીધું.

"અમે ભાઈ તારા કહેવા ઉપર જ બંદૂક ઉઠાવી જે ચલાવતા પણ નથી આવડતી." નિલેશે કહ્યું.

"કંઈ બંદૂક છે તારી પાસે?" રોનકે પૂછ્યુ.

"એમ 4" નિલેશે કહ્યું.

"સ્કોપ છે?" રોનકે પૂછ્યું.

"હા છે ને." નિલેશે કહ્યું.

"તો તું ગોળી ચલાવા તૈયાર થઈ જા. યાદ રાખજે ખંભા પર લોડ બહુજ પડશે. ખંભો તૂટી ના જાય, બોડી કડક કરીને શૂટ કરજે." રોનકે કહ્યું.

"હા પણ કોને મારું?" નિલેશે પૂછ્યું.

"તને કોલેજની દક્ષીણ અને પશ્ચિમ દિશાનું બધું દેખાય છે પાછળની બાજુ?" રોનકે પૂછ્યું.

"હા." નિલેશે કહ્યું.

"હા ચાલ, તું પોઝિશન પર જ છે. પહેલા આખો તું સુઈ જા. મને ગોળી નીચેથી ઉપરની બાજુ ગઈ હોય તેમ વાગી, એટલે ગોળી ચલાવા વાળો સૂતો સૂતો ગોળી ચલાવે છે. તેને આપણો પ્લાન ખબર નથી.

(રોનક જેમ બોલે છે તેમ નિલેશ કરે છે.)

સુઈ જા પહેલા, તને દક્ષીણ અને પશ્ચિમ દેખાય તે રીતે. હવે તારા સ્કોપનું ઝુમિંગ વધારી વર્કશોપ અને કોલેજની જગ્યાની વચ્ચે ફેરવ્યા જા, કોઈ હલન ચલન દેખાય તો બોલ."   "હા કોઈ દેખાય છે."

"હવે સાંભળ હલન ચલન દેખાતું હોય તો તેની બંદૂક આ દિશામાં હશે. તું એની બંદૂક જોઈ શકે છે?" "બંદૂક નથી જોઈ શકતો, જાડ વચ્ચે નડી રહ્યું છે બસ ખાલી તેનો ડાબો ખંભો અને પગ આખો બહારની ભાગમાં દેખાય છે."

"હા તો સંભાળ ધ્યાનથી. જયારે તું ડાબા ખંભા પર ગોળી મારીશ તો તે ડાબી બાજુ ખેંચાશે અને તેનું થોડુંક માથું દેખાય તરત જ માથા પર બીજી ગોળી મારીને પતાવ. કરી શકીશ આટલુ?"

"કરવું પડશે. તું એકલો નથી અમે સાથે છીયે." નિલેશે કહ્યું.

પછી રોનકે જેમ કીધું તે મુજબ પહેલા ખંભા પર ગોળી વાગી ત્યારે તેનું માથું ડાબી બાજુ ખેંચાયું અને તરત બીજી ગોળી મારી પૂરો

કર્યો.

"રોનક ગયો તે." નિલેશે કહ્યું.

"હા બરાબર. હવે હું સ્નાઈપર છોડું છું. મારી પાસે પણ એમ 4 છે હું બહાર આવતાની સાથે જે દેખાય તેને મારતો રહીશ. તું બધાને ઇન્ફોર્મ કરી કે સુતા તો રહે પણ બધી બારીમાં કોઈ ઉભું હોય તે દેખાય તે રીતે રહે. બીજી વાત તૈયાર રહેવાનું ગોળી ચલાવા અને આવતાની સાથે મારી નાખવાનો તેમણે. યાદ રાખવાનું એટલું કે ત્યાં ગ્રેડેડ પડે તો ભાગવાની તૈયારી રાખવાની હું ત્યાં આવુજ છું વર્કશોપ બાજુ એટલે મને જે દેખાય તે કવર અપ કરીશ." રોનકે કહ્યું.

ક્યાંક ગોળીબાર થતો હતો દક્ષિણ બાજુ તેનો અવાજ રોનકને આવ્યો.

"અરે રોનક, સાઉથ સાઈડ ડખા લાગે." નિલેશે કહ્યું.

"કોણ છે સાઉથ બાજુ?" રોનકે કહ્યું.

"રોહિત લાગે કદાચ. એકલો સાચવી નહીઁ શકે." નિલેશે કહ્યું.

"એક કામ કર, તમે પાછા ઉંધા આવો બારીમાં કોઈ દેખાય તો મારતા રહેજો. હું રોહિતને કવર આપવા જાઉં છું." રોનકે કહ્યું.

"હા વાંધો નહીઁ. વાઢી જ નાખીયે. રોનક આ લડાઈ માટે બધાને ઓલ ધ બેસ્ટ." નિલેશે કહ્યું.

"હા, ચાલો નામ રોશન કરીયે. શ્રિ ટુ વન નાઉ." રોનકે કહ્યું.

રોનકના કહેવા પર નિલેશ બહારની બાજુ ઊંધા સુતા આવતા હતા. કોઈ દેખાય તો તરત ગોળી મારતા હતા. આ લડાઈ બહુજ ભયંકર સ્વરૂપ લઈ રહી હતી. રોહિત એકલો લડી રહ્યો હતો. કૉલેજના વિદ્યાર્થી ક્યાં છુપાયા હતા તે શોધવાનું હતું. રોનક રોહિતને તો બચાવા ગયો જ હતો, પણ દક્ષિણ બાજુથી એમ લાગતું હતું કે આતંકવાદી ઓછા નથી વધારે સંખ્યામાં આવેલ હતા. આમનો પ્લાન કોઈને પણ છોડવાનો નહોતો.

બીજી વાત એ હતી કે રોનકે બધાજ હથિયાર લઈ લીધા હતા તો હથિયાર આવ્યા ક્યાંથી? કોઈ અંદરનો માણસ તેને મદદ કરતો હતો અને આ લડાઈ બહુજ અઘરી થવા લાગી.
. . . .
ભાગ 10 (લડાઈ)

રોનક અને નિલેશનો સંવાદ

"રોહિત જોડે વાત થઈ શકે છે?"

"ના રોનક."

"જેવો હું ત્યાં ભાગું એટલે તમે બહાર આવી ફાયરિંગ કરવાનું ચાલુ કરી દેજો."

"હા તૈયાર અમે."

"ઓલ ધ બેસ્ટ. હું ભાગું છું હમણાં."

રોનકના ભાગ્યાની સાથે ગોળીબાર ચાલુ થઈ ગયો.

બારીમાંથી આતંકવાદીઓને રોનક પૂર્વ દિશાની દક્ષિણ બાજુ ભાગતો દેખાતો હતો. બીજા જે પાછળથી આતંકવાદી આવતા હતા જેમ કે દક્ષીણથી કોલેજની બિલ્ડીંગ બાજુ તે છુપાઈને બધાનાં પર ગોળીબાર કરતા હતા. રોનકને મારવામાટે આતંકવાદી બારી બાજુ આવતા હતા. તો નીચેથી હોસ્ટેલના વિદ્યાર્થિનિ કોઈ પણ હલન ચલન દેખાતી તો તરત ગોળીબાર કરવાનું શરુ કરી દીધું હતું. આતંકવાદી વિદ્યાર્થી પર અને વિદ્યાર્થીઓ આતંકવાદી પર ગોળી ચલાવતા હતા. હોસ્ટેલના વિદ્યાર્થીઓએ પહેલીવાર લડાઈ જોઈ, એ પણ પોતે કરી હોય તેના કાતો મરીશુ કાતો મારીશું તેવી હાલતમાં બધાનો દમ ઘૂંટવા લાગ્યો હતો.

ત્યાં રોનક વિશ્વાસ રાખીને બેઠો હતો કે એકલો રોહિત પહોંચી નહીઁ વળે ત્યાં રોનકને જવું પડશે, નિલેશના સાથે તો ટીમ હતી જ પહેલેથી રોનક એકલો. હવે થયું એવુ કે દક્ષિણથી આતંકવાદી કોલેજ તરફ આવે છે, રોનક કોલેજથી દક્ષિણ બાજુ રોહિતને કવર આપવા જાય છે, નિલેશ અને બીજા બધા કોલેજની બારીમાંથી બહાર દેખાતા હોય ચાર માળમાં ગમેત્યાઁથી, તો તેને ગોળી મારતા હતા. એક બંદૂકમાં 30 ગોળી આવે તો આમને ફાવે નહીઁ એટલે ધડાધડ કરી મેગેન્ઝીન ખાલી કરતા, હવે બીજી મેગેઝીન લગાવતા એમને વાર લાગતી. કોઈ પ્લાનિંગ નહીઁ કે એક લોડિંગ કરે અને બીજો ગોળી મારે આવું નહીઁ.

કોલેજથી દક્ષિણ જતા નિલેશની ટીમ, ત્યાંથી દક્ષિણ જતા વર્કશોપ, ત્યાંથી દક્ષીણ જતા રોહિત અને છેલ્લે આતંકવાદી. નિલેશ જોડે અને બીજા જોડે સામાન તો હતોજ. પણ કોઈ બારીમાં દેખાયું નહીઁ આવતું તો આમને ગોળીબાર થોડુંક વિચારી બંધ કર્યો, આ લોકો ઊંઘા સુતા ગોળી મારતા હતા. તો થયું હવે એવુ કે આતંકવાદીએ હળવેક રહીને ગ્રેડેડ બૉમ્બ નીચે નાખ્યો, તે જોઈને ભાગવાની કોશિશ નિલેશ અને બધાએ કરી. પણ બૉમ્બ ફૂટ્યો તો આ લોકો ઘણા દુર હતા બૉમ્બથી,

પણ એના અવાજથી કાનમાં તમરી થઈ ગયી. અંદરોઅંદર ચીસ પાડવા માંડ્યા. કાળો ધુમાડો જોઈ બધા ભડક્યા. તો હવે રોનક આશ્ચર્યમાં આવી ગયો અને દોડતો દોડતો વિચારતો હતો કે કશું કોઈને થયું તો નહીં હોય ને!

તેની તો બંને બાજુ ડખા જ હતા. તો કોઈ બારીમાંથી દેખાવા જતું તો રોનક નાની બંદૂક લઈને દોડતા દોડતા ઊંધી સાઇડ ગોળી મારતો હતો. આતંકવાદીની નજર બદલવા માટે તેને ગોળીબાર શરુ કર્યો. હવે ગોળી મારતા તેને નિલેશને કહ્યું કે 'હું કવર આપું છું, બધાને લઈને વર્કશોપમાં પાંચમા માળે પહોંચી જા, લેબોરેટરી છે મેડિકલ ડિપાર્ટમેન્ટની ત્યાં જ.'

'હા હું ત્યાં જાઉં છું, બધાને લઈને.'

નિલેશે એ જ કર્યું જે રોનક ઈચ્છતો હતો. ફટાફટ ત્રણ વર્કશોપ હતા જયારે જલ્દી પહોંચાય ત્યાં જતા હતા. બધાને કવર મળતા સેફ રીતે અંદર ગયા. નિલેશે મનમાં કહ્યું, 'આ તો મોટો ત્રાસ છે, જયા સુધી આતંકવાદી મરશે નહીં, ત્યાં સુધી આપને બચીને ભાગતા રહેવું પડશે.'

રોનક બચતા બચતા રોહિત જે જગ્યાએ હતો ત્યાં પહોંચી ગયો. ત્યાં જઈને જોયું તો રોહિત લોહીલુહાણ થઈને પડ્યો હતો. તેનું મોઢું ઓળખાય તેવું નહોતું, ગોળી વાગવાથી છૂંદાઇ ગયું હતું. તેને નિલેશને કહ્યું, 'નિલેશ રોહિત!'

'શું થયું રોહિતને!'
'નથી આપણી વચ્ચે.'

રોનક છુપાતા છુપાતા રોહિતની બોડી લઇ જડ પાછળ આવ્યો જેની બાજુમાં વર્કશોપની બિલ્ડીંગ હતી.
(રોનકની પોઝિશન, દક્ષિણ-પશ્ચિમ પહેલો અને બીજો વર્કશોપની વચ્ચેની જગ્યા. રોનકને દક્ષિણ-પૂર્વ-પશ્ચિમ ત્રણેય દિશા દેખાય, પરંતુ ઉત્તર દીશા નહીઁ દેખાય. એકલા દીવાલ વચ્ચે છે.)

નિલેશને બહુજ મોટો જાટકો લાગ્યો, રોનકની આંખ પણ લાલ થઇ ગયી. રોનક પૂરો ગુસ્સામાં આવવા લાગ્યો તો તે થોડોક બહાર નીકળી ગોળી મારવા ગયો. તો સામેથી અંધાધુન ફાયરિંગ થવાંથી તે પાછો છુપાયો. ગોળીના અવાજથી રોનક થોડોક નાજુક લાગ્યો અને બહુજ વધારે ગુસ્સે થવા લાગ્યો અને જોરથી ચીસ પાડતો હતો. સહનશક્તિ અને સહાનુભૂતિ બંનેની જરૂર હતી. ચીસ પાડી ત્યારે વર્કશોપની દક્ષીણ બાજુની બારીમાંથી નિલેશ અને તેના થોડા ભાઈબંદ બારીમાંથી નીચે જોવા ગયા, તો ત્યાં ફાયરિંગ થવા લાગ્યુ. તો નિલેશ અને તેના ભાઈબંદ ત્યાંથી દક્ષીણ તરફ ગોળી ચલાવા માંડ્યા. તો આ કાબુમાં આવી નહીઁ લડાઈ, તો ગોળીના અવાજ તેમના કાનમાં ધડાકાભેર ગુંજવા લાગ્યા, બધાને સહનશક્તિ બહાર જવા લાગ્યુ. બધા જોર જોરથી પોતાની જગ્યાએ રોવા લાગ્યા. આ અવાજ રોનકને સંભળાયો. રોનકને પણ કંઈ ખબર નહોતી પડતી કે ત્યારે શું કરવું. એકલા ભયંકર સ્વરૂપ લઇ રહી હતી લડાઈ. કોલેજના છોકરા-છોકરી જે નિર્દોષને બચાવા માટે લડાઈ હાથના લીધી હતી આમને, તે લોકો પોતે હમણાં હારી ગયા. સુન મારી ગયા બધા.

આ લડાઈ આનાથી પણ વિકરાળ સ્વરૂપ ધારણ કરવા જઇ રહી હતી. કેમ કે અંદરનોજ માણસ તેમણે મળેલો હતો.
....
ભાગ 11 (વિનાશ.)

પોલીસની વાન આવી, ઘણી આવી પોલીસ. આવતાની સાથે કોલેજનો પહેલો ગેટ લોક કરી દીધો. ન્યૂઝ ચેનલવાળા આવીને તરત જ શૂટિંગ કરવાનું શરુ કરી દે છે.

(એન એસ જી કમાન્ડોને આવવાના આઠ કલાક બાકી.)

તો આ બાજુ હોસ્ટેલના વિદ્યાર્થીઓને કોઈ ઉમ્મીદ નજર આવતી જ નહોતી. એવાજ સમયની વાત હશે રોનક પોતે રોવા માંડ્યો.

"ભાઈઓ, સમય આવી ગયો છે અલવિદા કહેવાનો. પોતાના ઘરવાળા જોડે વાત કરી લો. ઉપરથી બોલાવો આવી ગયો છે." રોનકે માયુસ અવાજે કહ્યું.

બધા પોતપોતાનાના ઘરે ફોન કરે છે, બધા વાતો કરતા રડતા હોય છે, ચીસોં પડી જતી હતી. કોલેજની બહાર જે પરિવાર આવ્યા હોય, જેના દીકરા કે દીકરી અંદર સલવાયા હોય તે પોતાને સાચવી જ નથી સકતા. આખો માહોલ ઉદાસીમાં જતો રહ્યો હતો. આતંકવાદીની ગોળીઓનો અવાજ આવે ને કાનમાં તમરી બાજી જતી હતી. રોનક પોતે ઢીલો પડી ગયો. બહારથી કોઈ પોલીસ ઇન્સ્પેક્ટર રોનકના ભાઈને કહે છે ત્યારે તેનો ભાઈ પણ દિલ્હીમાં બહુજ ગુસ્સે થતો હતો. તે પણ રોવા માંડ્યો હતો, કોઈ જવાબ નહોતો કોઈની પાસે કે હવે શું થશે. આ નજારો ખરેખર બહુજ દર્દનાક બની ગયો. બધા છુપાઈને તો બેઠા હતા પણ બંને બાજુએ ઘેરાયેલ હતા. નીકળી પણ શકાય તેવું નહોતું.

પણ એક ઉમ્મીદની કિરણ રોનકને નજર આવી. રોનક પૂર્વની દીવાલ પર ટેકો દઈ બેઠો હતો જેનાથી તેને પશ્ચિમમાં બધું દેખાતું હતું. ત્યાં એક હોસ્ટેલનો છોકરો હટ્ટો કટ્ટો છુપાઈ છુપાઈ દોડતો હતો કોઈને દેખાય નહીં તે રીતે. પણ આ દોડતો હતો ત્યારે રોનક જોઈ ગયો. રોનકને

મનમાં હળવીક શાંતિ થઈ. તેને એ હટ્ટા કટ્ટા વિઘાર્થી જેનું નામ રોશન તેને ફોન કર્યો અને તેને ઉચક્યો.

"હા બોલ રોનક."

"તારા શરીર પ્રમાણે બંદૂક લેને, એ કે 47 ના શોભે તને."

"બોલ ક્યાંથી લેવાની."

"તું જે જગ્યાએ આગળ જાય છે, સીધો બસ્સો મીટર જેટલું જ ત્યાં ત્રણ આમલીના જાડ છે. બીજા અને ત્રીજા વચ્ચે થોડુંક ખોડેલું નજર આવશે. ત્યાં મેં મશીન ગન દોડસો ગોળીની હાર વાલી બંદૂક મૂકી છે."

"હા, મળ્યું ખોડુ છું. મળી બંદૂક વાહ ભાઈ વાહ. મારા શરીર મુજબ સેટિંગ કર્યું તે."

"હવે જો સાંભળ, તું એમની પાછળ છે. તને કેટલા આતંકવાદી દેખાય છે?"

"વિશ જેવા છે."

"હવે સાંભળ દોડસો ગોળી પુરી જ કરી દેજે, કંઈ કામ નથી અંદર તો. આટલુ સચવાય તે જ જોવાનું છે. હવે હું થોડોક બહાર નીકળી ગોળીબાર કરીશ ત્યારે બધાની નજર મારી ઉપર હશે. એજ સમયે મારે ચીથડા દેખાવા જોઈએ. બીજી વાત કમરથી ઉપરના ભાગમાં ગોળી મારજે કેમ કે તારી ધડાધડીમાં હું પણ સામે છું અને તે મશીન ગન છે, અહીંયા સુધી ગોળી આવશે. હું નીચે બેઠો હોઈશ એટલે મારા ઉપરથી નીકળી જશે."

"સોં ટકા આવુજ થશે."

નિલેશને અને બધાને ખબર પડી ગયી કે રોશન પાછળ પહોંચી ગયો છે. ત્યારે રોનક અને બીજાબધા થોડાક એવા બહાર આવી રોશન જે જગ્યાએ હતો તેનાથી દૂર અવાજ જ ખાલી આતંકવાદીને સંભળાય તે રીતે ગોળી ચાલવાની ચાલુ કર્યું.

ત્યારે આતંકવાદી થોડાક બહાર નીકળવા ગયા એટલે કે તેમનું ધ્યાન રોશનથી વિરુદ્ધ ગયું. ત્યાં જ તરત રોશન જડ પાછળથી બહાર નીકળી, મશીન ગનની ટ્રીગર દબાવી, ધડાધડ ચાલુ કરી દીધું. અમુક ગોળી રોનકના માથા પરથી પણ નીકળતી હતી તો તે માથું પકડી સુઈ ગયો અને મનમાં બોલ્યો, 'બળદયો મને ઉપાડી લેશે.' ત્યાં આતંકવાદીના ચીથડા રોનકને દેખાયા. રોશન બંદૂક ફેરવી બધાને પતાવી દીધા. હોસ્ટેલના વિદ્યાર્થી ખુશ થઈ ગયા. ત્યાં ખુશીમાં અને ખુશીના નિલેશ બોલ્યો, 'વિનર વિનર ચિકન ડિનર. પબજી પ્લેયર એક મેપ જીતી ગયા.'

હોસ્ટેલના છોકરાઓની ખુશીઓનો પાર ના રહ્યો, બહુજ ખુશ થઈ ગયા. અંદરોઅંદર ખુશીમાં અને ખુશીમાં આંખમાંથી આંસુ પણ નીકળી ગયા. રોશન અને રોનક આમને સામને દોડતાં આવી તરત ગળે મળી ગયા. રોનક ખુશીમાં અને ખુશીમાં રોવા લાગ્યો. આ બધું ઉપર પોલીસનું ડ્રોન ભરતું હતું તે જોતું હતું. પોલીસ અને મીડિયાવાળા આમને જોતા હતા. આખા ભારત દેશમાં આ બધાને જોતા હતા. ત્યાં ઈંસ્પેક્ટર આ રોનકને ઓળખતો હતો તો ફોન કર્યો અને રોનકે ઉચક્યો.

"વેલ ડન રોનક."
"થેંક્યુ."
"અત્યારે તમારું પરાક્રમ આઈબી, સીબીઆઈ, રો, એનએસજી, આર્મી બધા જ લોકો લાઈવમાં જોઈ રહ્યા છે. આ એક ઉમ્મીદની કિરણ જ છે. અને અમે બધા અને બધાજ કમાન્ડો અને આખો ભારત દેશ તમને એક સાથે સેલ્યુટ કરે છે." જોરથી ચીસ પાડીને બોલ્યો, 'જય હિન્દ.'

ત્યાં આ બાજુ હોસ્ટેલ ના બધા જવાબ આપતાં સેલ્યુટ કરે છે.

"સર, હવે એક વાતનું ધ્યાન રાખજો. તમારી નજર અમારી પર હશે

ચાલશે, મીડિયાની નજર ના આવવી જોઈએ કેમ કે જો લાઈવ બતાવશે તો અમારી પોઝિશન બહાર પડી જશે. હજુ અમે દસ ટકા જ પતાવ્યા છે. અંદર કેટલાય સલવાયેલા છે. મેં જે રીતે શોધ્યું હતું તે મુજબ એકસો તેત્રીસ આતંકવાદી હોય અને અત્યારે માર્યા છે ખાલી બેતાલીસ. અમારા હોસ્ટેલમાનો એક વિદ્યાર્થી જેનું નામ રોહિત છે જે છેલ્લા સ્વાસ સુધી લડત આપી છે જે શહીદ થઈ ગયો છે."

પોલીસે અફસોસ સાથે કહ્યું, "એમને માન સહીત બહાર લાવવામાં આવશે. તે જેમ કહ્યું તેમ જ થશે."

"બીજી વાત, મને ફોન પણ નર્હીઁ કરતા અને તમારા માણસો અંદર ના મોકલતા. એનએસજીની રાહ જોજો. કદાચ ત્યાં સુધી અમે બહાર આવી જઈશુ. તમે ખાલી અમારી ઉપર નજર રાખ્યા જજો, આ ડ્રોનથી. લાઈવ ના થાય. હું હવે ફોન કાપવા જઈ રહ્યો છું. કંઈ વાત હોય તો કહો."

"રોનક, એક પણ ના બચાવો જોઈએ. આખો દેશ આભાર માને છે તારો, વ્યર્થ ના જાય."

"હું જીવ આપી દઈશ પણ હવે કોઈનો જીવ નર્હીઁ જવા દઉં."

આમ પછી ફોન કટ કર્યો. રોશન અને રોનક વાત કરતા હતા.

"રોશન, ભલે આખો દેશ આપણા બધાનો આભાર માને છે, ખરેખર તું ના હોત તો આજે અત્યારેજ પુરુ થઈ ગયું હોત બધું. હું તારો આભાર માનું છું અને આ આખુ કામ અને બચવાની જવાબદારી તને સોંપુ છું કેમ કે હું કાચો પડ્યો."
"જો ભાઈ, જવાબદારી તનેજ શોભે. અમને તે જાગૃત ના કર્યા હોત તો રોહિતની જેમ અમે હોસ્ટેલમાં જ પડ્યા હોત. હવે વાતો ના કરીશ, બધું

પુરુ કરીયે અને કોફી પિતા પિતા હોટેલમાં વાત કરીયે. પ્રોમિસ કર રોનક, હવે જે બચ્યા તે બધીજ કોફી હોટેલમાં પિશુ."

"પ્રોમિસ, એક પણ આતંકવાદી હવે નહીઁ બચે." ગુસ્સામાં રોનકે કહ્યું.

....

ભાગ 12 (ત્રીજુ ચરણ)

(લડાઈનું ત્રીજું ચરણ. એનએસજી કમાન્ડોને આવવાના સાત કલાક બાકી.)

ડ્રોન અને પોલીસની નજર આખો સમય રોનક પર નજર રાખતી હતી. ત્યાં રોનક પાંચમા માળે નિલેશ અને બધા ઉભા હતા ત્યાં પહોંચ્યો. અહીં ખાલી દક્ષિણમાં રાખેલા જ વિદ્યાર્થી હતા. બીજી દિશા વાળા નીચેજ એમની પોઝિશન પકડી ઉભા હતા. છેલ્લે રોનકનો ઈસારો ક્યારે આવે તેની રાહ જોતા હતા. રોનક નિલેશ જોડે પહોંચ્યો.

"ભાઈઓ, હવે જીત માટેનો એક ભાગ પૂરો થયો. પણ હજુ મોટી લડાઈ પુરી નથી થઈ. તમારા બધાની જવાબદારી મારા ઉપર આવી છે. તમે બધા મારી પાછળ જ દેખાવા જોઈએ. એટલે હું તમારી આગળ દીવાલ બનીને ઉભો છું યાદ રાખજો. બંદૂકને રમકડું સમજી ચાલવાનો વારો આવી ગયો છે. આ એવી લડાઈ છે જેમાં ખૂન કરવાનું તો છે જેની સજા નહીઁ પરંતુ પુરસ્કારને પાત્ર હોઈશુ. હવે જોવાનું એ છે કે પુરસ્કાર લેવા આવે ઉભા હોઈશુ કે ભગવાન જોડે હોઈશુ. ધ્યાન માત્ર એટલું રાખવાનું કે આતંકવાદી દેખાય તો સીધો મારી દેવાનો. ત્યાં મારા ઈસારાની રાહ નહીઁ જોવાની.

હવે મારો આખો પ્લાન સમજો. એમાં છે એવુ કે આ પાંચ માળનો વર્કશોપ છે. આઠ ફૂટ વચ્ચે જગ્યા પછી ચાર માળની કોલેજ બિલ્ડીંગ. હવે કોલેજ બિલ્ડીંગમાં દરેક ડિપાર્ટમેન્ટમાં ગોળ સર્કલમાં

ક્લાસ અને વચ્ચેની જગ્યા ખાલી. એટલે દરેક ખાલી જગ્યાના ચાર ખૂણા પણ માણસો મને જોઈએ છે જે આતંકવાદીને નિશાને રાખશે તો અમે નીચે ઉતરી શકીશુ. સૌથી પહેલા હું અને રોશન અહીંથી ત્યાં સુધી મોટો કૂદકો મારવા જઈયે ત્યારે અમને કવર આપવા નિલેશ તું ચોથામાળમાં બારીએ ઉભો રહેજે બારી બંદ કરી કાન્ચમાંથી નજર રાખવાની તારે. સામેની કોઈ બારીમાં બહાર આવી અમારી પર ગોળી ચલાવા જાય સીધો તેને ધરતીલોકથી નર્કલોક પહોંચાડી દેવાનો. મારા અને રોશનના ગયા પછી, ચાર સર્કલ છે બિલ્ડીંગના એટલે સોળ ભાઈઓ પછી કુદકા મારશે. બીજીવખત નિલેશ તું આવી જજે. ત્યારે બીજો કોઈ બારી ઉપરથી નજર રાખશે. સમજી ગયા????" રોનકે આખો પ્લાન સમજાવતા કહ્યું.

"હા વાંધો નહીઁ." બધાએ જવાબમાં કહ્યું.

રોનક અને રોશન પોતાના શરીર ઉપર અલગ અલગ જગ્યાએ નાની બંદૂક છુપાવી લીધી અને એમ 4 મોટી બંદૂક ખંભે લટકાવી દીધી. એજ સમયની વાત હશે રોનકે હાથમાં નાની બંદૂક રાખી રિલોડ કરીને. એટલે શું જ્યારે કૂદતો હોય ane કોઈ માણસ દેખાય તો તરત ગોળી મારી શકે. ત્યારે રોનકે દોડવાનું શરુ કર્યું ત્યારે નિલેશ તૈયાર થઇ ગયો કોઈ દેખાય તેને મારવા. રોશન પણ તૈયારી કરીને જ બેઠો હતો.

રોનકે દોડવાનું શરુ કર્યું ત્યારે જેવી તેને બારી દેખાવામાંડી તો ત્યાં એક માણસ બંદૂક સાથે દેખાયો અને તે રોનકે હવામાં હતો કૂદકો માર્યો ત્યારે, તરત હવામાં રહી ગોળી ચેલાવી ત્યારે તેના પગે વાગી તો થોડુંક માથું બારી સામું આવ્યું તો નિલેશે માથા ઉપર ગોળી મારો દીધી. જ્યારે કોલેજની બિલ્ડીંગ પર રોનક પછડાયો ત્યારે રોશન દોડતો થઇ ગયો. રોનક ઉભો થઇ તરત ભાગતો સીડી આગળ પહોંચી ગયો. મોંઢે કપડું બાંધ્યું. આવી કરામત જોતા પોલીસ ઇન્સ્પેકટરને બધા ખુશ થયાં.

અને બોલ્યા, 'કદાચ આપણે અંદર હોત તો પણ આવું ના કરી શકત. ગર્વ છે રોનક ane હોસ્ટેલના વિદ્યાર્થીની બહાદુરી ઉપર. જો આવા લોકો દરેક જગ્યાએ હશે તો પોલીસ નહીઁ આર્મી લોકો પણ ઘરે ઘરે હશે.'

પહેલા સર્કલની ચાર બાજુ અલગ અલગ વિદ્યાર્થી ગોઠવાઇ ગયા. નિલેશ અહીઁ પહોંચી ગયો. ત્યાં એક જ સર્કલમાં ત્રણ સીડી હતી તે ખબર રહી એટલે જ અલગ અલગ સીડીએ ત્રણ એટલે કે રોનક રોશન અને નિલેશ પહોંચ્યા.

"સાંભળો તમે બંને, તમારા પર વિશ્વાસ બહુજ મોટો છે, દેખાવાની સાથે ઠોકી દેવાનો. તમે ચારેય અમારા ઉતારવાની રાહ નહીઁ જોવાની શૂટ કરી દેવાનું." રોનકે કહ્યું.

ત્યાં સર્કલથી નીચે માણસો દેખાયા ચારેયને તો ત્યાં છુપાઇ ગોળી મારવા માંડ્યા, જરાય મોકો આપ્યા વગર એક પગે અને નીચે નામે ત્યારે સીધી માથામાં ગોળી. એમ એક માણસ માટે બે ગોળી મારતા. વધારે ગોળી બગડે નહીઁ તે માટેનો રોનકનો પ્લાન હતો. રોનક રોશન અને નિલેશ નાની દસ ગોળીની મેગેજીન વાલી બંદૂક લઇ રોનકના ઇશારે અંદર નીચે ઉતર્યા. ધ્યાનથી સીડી પર ઉપર નીચે જોતા. આ ત્રણ ચોથા માળમાં પહોંચ્યા એટલેકે સૌથી ઉપરનો માળ. ત્રણ સીડીએ માણસો ઉતર્યા તો તેને કોઈ દેખાયું નહીઁ. ત્રણેય અલગ અલગ દિશાએથી આગળ ક્લાસમાં જોતા જોતા આગળ વધતા હતા.

રોનકે પહેલો ક્લાસ જોયો કોઈ દેખાયું નહીઁ, બીજો ક્લાસ જોયો તો તેના ત્રણ આતંકવાદી વડાપાઉં ખાતા હતા. જરાય અવાજ કર્યા વગર સર્કલ પર ધ્યાન રાખતા હતા તેને ઇશારો કર્યો. (અત્રે યાદ આપવું રહ્યું કે રોનકનો જમણો ખંભો લોહીલુહાણ હતો, શરૂઆતમાં જ ગોળી વાગી જે ભાગ ૧માં આપેલ છે. અને બીજી વાત યાદ અપાવવી

રહી કે રોનકે બધી બંદૂકમાં સાયલેન્સર લગાવેલું જ હતું, એટલે આ રૂમમાં રહ્યા હતા તેમણે ગોળીનો અવાજ નહોતો આવ્યો.)

રોનકે ઈશારો કરીને કહ્યું કે ત્રણ જણા ક્લાસમાં છે તો ક્લાસમાં ઈશારો કરતા એમને કહ્યું કે બહાર કોઈ આવતું દેખાય તો મારી દેવાનું. રોનકની નજર તેમાં કમરે લટકાવેલા ગ્રેડેડ બૉમ્બ પર ગયી. તો રોનકે ઈશારામાં કહ્યું કેટલા લોકો આવી ગયા? તો સામેથી જવાબ મળ્યો એકવીસ જણા છે.

બધાને કવર મળી રહ્યું હતું. તો રોનકે કશું ય બીજું વિચાર્યા વગર કમર પર રહેલા ગ્રેડેડ પર ગોળી મારી. તરત બૉમ્બ ફૂટ્યો અને રોનક તરત પહેલા ક્લાસના રૂમમાં ધૂસી ગયો એટલે તેને કંઈ નુકસાન ના થાય. હવે આ બૉમ્બના અવાજથી બધા આતંકવાદી જે રૂમમાં હતા તે બહાર નીકળ્યા પહેલા સર્કલને જેટલાં ક્લાસમાં હતા તે. હવે જે ક્લાસમાં બૉમ્બ ફૂટ્યો તે રૂમમાં અને તેની આજુબાજુ અંધારું છવાઈ ગયું. આતંકવાદીને રોનક અને રોશનનો પડછાયો દેખાતો હતો તો બહાર નીકળી મારવા ગયા તો સર્કલની ઉપર રહેલા બધા તેમણે મારવા માંડ્યો. લગભગ સાતે જેવા આ સર્કલમાંથી બહાર નીકળ્યા હતાં તો તેમણે મોતના ઘાટ ઉતારી દીધા. સર્કલ એક આખું ક્લીન થઇ ગયું. હળવેક રહીને તે નીચે ઉતર્યા બચતા બચતા તો બીજા ક્લાસ જોતા હતા ત્યાં વિદ્યાર્થીઓની લાશ મળી, રોનક આશ્ચર્યમાં આવી ગયો. શરીરથી પરસેવો નીકળવા માંડ્યો. રોશન અને નિલેશ પણ નીચે ઉતર્યા તો એ લોકો આ બધું જોઈને અચંબામાં આવી ગયા.

"આ લોકો કોલેજને હાઇજેક કરવા નહીંં, જે દેખાય તેને મારી નાખવા આવ્યા છે." રોનકની આંખ લાલ થઇ ગયી અને તેને કહ્યું.

લગભગ આમને સીતેર જેવા વિદ્યાર્થીની લાશ મળી. એક

ઉદાસી પાછી છવાઈ ગયી. રોનકે ડ્રોન સામું ઈશારો કરી સર્કલમાંથી નીચે ઉતારવાનું કહ્યું. પોલીસોએ આ બધું જોયું અને નીશાસો નાખ્યો. અને મનમાં કહ્યું લડાઈ હવે જીતવા માટેની નથી પરંતુ મોટો જવાબ આપવાની રહી ગયી. રોનક ત્યાંજ નીચે બેસી ગયો. ત્યારે તેનું મોઢું પૂર્વ બાજુ અને બરડો પશ્ચિમ બાજુ હતું ત્યારે તેને સર્કલ ઉપરના માણસોને નીચે આવવાનું કહ્યું. ત્યારે બીજા ચાર જણા, વર્કશોપ ઉપરથી કૂદી અહીં પહોંચ્યા અને પોઝિશન બદલાઈ ગયો.

(ત્રીજું ચરણ પુરુ.)

. . . .

ભાગ 13 (ચોથું ચરણ)

રોનક થોડીકવાર માટે સુન મારી ગયો. રોશન તેની જગ્યાએથી થોડોક ઈશારો કરીને બોલાવતો તો રોનકની નજર ગયી ત્યાં. આ લોકો બધુંજ જોતા જોતા નીચે ઉતર્યા. દરેક માળમાં બે જણા ગોઠવી ઉંધી દિશામાં ઉભા રાખી ત્રણ જણા નીચે ઉતર્યા. અત્રે યાદ અપાવવું રહ્યું કે ત્રણ એટલે રોનક રોશન અને નિલેશ, બીજા કોઈનું જીવન દાવ ઉપર લગાવા માંગતો નહોતો રોનક.

તો રોનકને અચાનક યાદ આવ્યું કે માધવી તો કોલેજ આવી હતી. એને રોનકને ફોન તો કર્યો. તો મનમાં બોલ્યો, "માધવી હશે ક્યાં? હું શોધીશ."

રોનક આગળ વધ્યો છેક નીચે પહોંચ્યો તો બીજા સર્કલની ઉપર ટેરેસ પર ચાર લોકો ગોઠવાઈ ગયા. હળવેક રહીને હાથમાં એમ 4 બંદૂક રાખીને રોનક આગળ વધ્યો ક્લાસ જોતા જોતા. તો પહેલા બીજા ક્લાસમાં તાળું આગળ દરવાજે લગાવેલું હતું.

"તાળું લગાવેલ છે, ક્લાસ જેટલાં ખુલ્લાં હતા તેમાં બધા આતંકવાદી ફર્યા હશે. દરવાજો બહારથી લોક હશે ત્યાં અંદર કોઈ આતંકવાદી વિચારી ના શકે કે અંદર કોઈ હોય. કદાચ મારાં કહેવા મુજબ હોઈ શકે બધા અંદર." રોનકે કાનમાં રાખેલ બ્લુટુથથી કહ્યું રોશનને.

"વાત સાચી. પણ તાળું તોડવા જઈશુ તો અવાજ આવશે યાર." રોશને કહ્યું.

"હા, પણ આપણે દરવાજો તોડવો નથી. આપણે સર્કલની પશ્ચિમ દિશાની દીવાલે છે અને આપણે પહેલેથી ચારેય દિશામાં મુક્યા છે માણસો. તો પશ્ચિમમાં કોણ છે?" રોનકે પૂછ્યું.

"ખબર નથી બધાનાં નામ, એક કામ કરને ઉપર ટેરેસ પરના કોઈ માણસને બોલ કે બહારની બારી ખોલીને અંદર આવે કેમ કે બારી બધી સ્લાઈડર છે, ઊંચી કરીને ખોલીશું તો ખુલી જશે." રોશને કહ્યું.

તો ત્યારે ઉપરના એક માણસને ઈશારો કરવાનું કહ્યું તો તે પશ્ચિમ દીવાલે આવ્યો. તો એને ઈશારામાં બારી ખોલવાનું કહ્યું. તો એક વિદ્યાર્થી પોતે હિમ્મત કરી અને પાછળથી બીજા તેને કવર આપતાં હતા. દીવાલ સુધી સ્પીડમાં દોડ્યો અને પહોંચ્યા પછી તરત તે આળોટી ગયો. કોઈને શકના પડે એટલે. તેને હળવેક રહી બારી ખોલીને કોઈને અવાજ ના આવે તેના માટે. ત્યારબાદ બારી ખોલ્યાની સાથે હલચલ જોઈ તો તેને લાગ્યુ કે બધા અહીંયા છુપાયા છે. તો બધાને કહ્યું તેને 'અમે હોસ્ટેલના સ્ટુડન્ટ છીએ, તમને બહાર નીકળીશું.' તો તેને બધા મળી ગયા તો ખરી હવે ક્યાં જવા દેવા તે ખબર નહોતી. તો જે દરવાજે તાળું હતું ત્યાં પહોંચી થોડાક અવાજે ખખડાવ્યું. તો ત્યાં રોનકે હળવેક રહીને કહ્યું, "પહેલા સર્કલ પાર કોઈ નથી, આપણાજ માણસો છે પાછળથી કુદાવીને લઈ જા. અને હા બધા આપણા માણસોને બોલ કે ધીરિ ધીરિ

ત્રીજા અને છેલ્લા ચોથા સર્કલ પાસે જાય અને પછી છેલ્લે સ્કૂલ બિલ્ડીંગ એક બાકી રહેશે. મને લાગતું તો નથી ત્યાં કોઈ હોય પણ કદાચ હોય તો! આપણે તુક્કો ના લગાવાય'

"હા વાંધો નહીઁ હું બચાવીને જાઉ છું. સોં ઉપર છે અહીં. વાર લાગશે, બેકઅપ જોઈએ." અંદરથી અવાજ આવ્યો.

"અમે છીએ, લઈ જાઓ બધાને." રોનકે કહ્યું.

બંને ક્લાસના માણસોને સર્કલ પહેલામાં લઈ જવામાં આવ્યા. ત્યાં થોડીક હલન ચલન બીજા સર્કલમાં લાગી તો રોનક ત્યાંજ અવાજ વગર ઉભો રહ્યો. પણ સર્કલમાં પૂર્વ બાજુથી ત્રીજમાળમાંથી કોઈ બહાર નીકળ્યું તો રોનકે ઈશારો કર્યો હમણાં કોઈ ગોળી ના ચલાવે. પહેલા બધાને બહાર આવી જવા દો. ત્યારબાદ કંઈક કરીયે.

તો પાંચ જણા બહાર આવ્યા. બહાર નીકળ્યા બધા તો હાથમાં બંદૂક હતી અને એમનેમ ફર્યા ગયા અને ગોળી એમનેમ ક્યાંકથી અવાજ જાણવા માટે ચલાવતા. તો ક્યાય અવાજ તો ના આવ્યો. રોનકે ઈશારામાં બધાને નંબર કહ્યા કે એકને આ મારશે, બીજાને આ મારશે એમ. તો પાંચ જણાને ઈશારે ગોઠવી લીધા. પછી ઈસારા સાથે ગોળી ચલાવી મારી નાખ્યા. આ રીતે પછી બીજું સર્કલ કમ્પ્લેટ કરી આગળ પહોંચ્યા તો ત્રીજા સર્કલમાં જતા વિદ્યાર્થી એક ક્લાસમાં દેખાયા તો તેને બીજા સર્કલમાં લાવવામાં નિલેશ ક્લાસરૂમમાં ગયો. આ પહેલા માળે ઉભો હતો નિલેશ ક્લાસમાં રોનક બહાર ઉભો રહીને બધાને બીજા સર્કલમાં ભગાડતો. ત્યાંજ બીજા માળની બારીમાંથી એક આતંકવાદીએ પહેલા માળની બારીમાં ગ્રેડેડ બૉમ્બ તરત આવી છૂટો તો નાખ્યો, પણ તરત હોસ્ટેલના વિદ્યાર્થીએ ગોળી મારી. ગ્રેડેડ જે ક્લાસમાં નિલેશ ઉભો હતો ત્યાં પડ્યો. બધા બહાર તો આવ્યા નિલેશને સમય ના રહ્યો તે નીકળવા

ગયો ત્યાં સુધી બોમ્બ ફૂટી ગયો. રોનક ક્લાસની બહાર ઉભો હતો તો તે છૂટો ફેંકાઈ ગયો. રોશન અને બીજા ભાઈબંદ ભડક્યા. પણ આતંકવાદી જેવો બહાર દેખાયોની સાથે તેને બોમ્બ ફેંક્યો હતો એટલે હોસ્ટેલવાળાને જજમેન્ટ પણ ના રહ્યું.

અહીં નિલેશ અંદર અને રોનક બહાર.

(ચોથું ચરણ પુરુ.)
. . . .
ભાગ 14 (નિર્ણય)

રોનક ઊંચકાંઈને ફેંકાઈ ગયો. નિલેશ રુમમાં હતો તો પુરીરીતે ધાયલ થયો. લોહીલુહાણ નિલેશ પડ્યો હતો અને લડાઈ ના ચાર ચરણ પુરા થઈ ગયા હતા. રોનકને થોડો હોશ આવ્યો તો તેના કાનમાં તમરી બાજી ગયી હતી, સુન મારી ગયો હતો. તે ઉઠ્યો તો આજુબાજુ જોતો હતો. રોશન દુરથી આવ્યો દોડતો. રોનકના કાન અને નાકમાંથી ભયંકર રીતે લોહી નીકળતું હતું. આંખની ઉપર કંઈક પથ્થર વાગ્યો હોય તેવી રીતે ધાવ પડ્યો હતો ત્યાંથી લોહી નીકળતું હતું તે આંખમાં જતું હતું. રોશન આવીને ત્યાં પહોંચી ગયો અને ઉભો કર્યો તો પગમાં જોરથી કડાકો બોલ્યો, તો રોનકે જોરથી ચીસ પાડી. હવે રોનક પાસે કોઈ ઉપાય નહોતો કે પાછો પડે, એને બસ હવે બધાને બચવાના છે તે જ જોર આપ્યું. તો તેને પગમાં થોડું હલાવી સારું કર્યું.

રોનક રુમમાં ગયો નિલેશ જોડે તો આખો રુમ કાળા ધુમાડાથી છવાઈ ગયો હતો. (હવેની વાત ભાગ 1માં બતાવેલ છે.)

ત્યાં નિલેશે પોતાનો છેલ્લો શ્વાસ લીધો અને સ્વર્ગ લોક પામ્યો. રોનક પૂરો ગુસ્સામાં આવી ગયો, તેના ગુસ્સાનો કોઈ પાર

નહોતો કેમકે તેને જવાબદારી બધાની લીધી પણ નિલેશ જ મરી ગયો.

(એન એસ જીને આવવાના ત્રણ કલાક બાકી, પાંચમું ચરણ યુદ્ધનું ચાલુ.)

"રોશન, સાંભળ બહુજ થયું હવે." જોરથી ઉંચા અવાજે બોલ્યો."ચારેય બાજુથી અંદર આવી જવાનુ બોલ બધાને બેકઅપ રાખીને. હુમલો કરી જો. કોઈ આતંકવાદીને છુપાઈ છુપાઈ મારવાની જરુર નથી હવે. સીધો દેખાય maarvaj મંડો. દોડતા દોડતા જેટલાં માર્યા તેટલા. હવે કોઈ ઉપર દયા ખાવાની જરુર નથી. પુરુ કરો પાંચમુ ચરણ." રોનકે કહ્યું.

જે રીતે કહ્યું તે રીતે બધાજ બેકઅપ રાખીને આગળ આજુબાજુથી અંદર આવ્યા. રોનકે કહ્યું તેમ દોડતા દોડતા જે પણ બંદૂક લઈને હોસ્ટેલ સિવાયનો માણસ દેખાય તેમણે મારી જ નાખતા હતા.

રોનક પોતે દોડતો દોડતો આગળ વધતો હતો. તે પોતે જ નાની બંદૂક લઈને આમને સામને આવી ગયા અને ગોળીબાર ચાલુ કરી દીધો. ધીરિ ધીરિ રોનક આતંકવાદીની નજીક પહોંચતો તે બંદૂક વગર હાથથી ફાઈટ કરી ગળું મરડી નાખતો. અચાનક ક્યાં આર્મીનું ભૂત વળગ્યું તે વિચારતાં હતા બધા. રોનક એકદમ ગુસ્સે હતા તો બધાને મારી જ નાખવા એવુ એના મગજમાં ઘૂસી ગયો, કોઈ રાક્ષસ હોય તે રીતે થોડુંય માફ કર્યા વગર ખરાબ મોતના ઘાટ ઉતારતો હતો. જે ક્લાસમાં છુપાયા હોય બધા તેને જ્યા આતંકવાદીને મારીને આગળ વધ્યા હોય ત્યાં મોકલ્યો. છેલ્લે પછી તેને બંદૂક અને તેની પાસે જે હથિયાર હતા તે બધા રોશનને આપી ફાઈટ ઉપર આવવેી ગયો. બે ચાર છ આઠ બસ ખાલી ગણતરી જ કરવાની હતી. એમ કરતા કરતા બધાજ સર્કલ પુરા કર્યા અને કોલેજનો વિજેતા રોનક જાહેર થયો. બધા ચીસો પાડવા માંડ્યા.

હવે એકલી સ્કૂલ બાકી હતી. પણ સ્કૂલમાં એ દિવસે રજા

હોવાથી કોઈ આવ્યું તો નહોતું પણ કદાચ તે લોકો છુપાયા હોય? પરંતુ ત્યાં કોઈ છુપાયુ નહોતું. મતલબ જીત મળી ગયી એન એન જી કમાન્ડો વગર.

રોનક અમુક લોકોને બચાવીનો ના શક્યો પણ બધાને બહાર નીકાળી દીધા અને આની પાછળ કોનો હાથ હતો તેને મારવાનું બાકી રહ્યું. જેવો રોનક રોડ પર આવ્યો તો કોલેજના વિદ્યાર્થી અને હોસ્ટેલના વિદ્યાર્થી પોતાના મમ્મી પપ્પા અને પરિવારને મળતા હતા. નિલેશના મમ્મી પપ્પા રોનક સામું જોતા હતા, પણ રોનક તેમણે જોઈ મોઢું હલાવીને ના પાડી અને રોવા માંડ્યો. તેને છાનો રાખવા નિલેશનું પરિવાર ત્યાં હતું. પણ ઘાયલ વધારે હોવાથી રોનક બેહોશ થયો.

ત્યારબાદ હોસ્પિટલમાં લઈ જવામાં આવ્યો. ત્યાં રોનકનો ભાઈ અને તેનું પરિવાર હાજર હતું. ત્યાં તેની ટ્રીટમેન્ટ થઈ સારી. થોડોક સારો થયો તો ત્યાંથી પૂછ્યા વગર ભાગ્યો કોઈના ઘરે. ત્યાં એક ઘરડો માણસ ઘરમાં બેઠો હતો. ત્યાં ઘરમાં જઈને રોનક તે કાકાની બાજુમાં બેઠો, ઘરે હશે પચાસ કરોડ જેવું.

"કેમ છો સર?" રોનકે કહ્યું.
"તું રોનકને બધાને બચાવાવાળો!" કાકાએ કહ્યું.
"મને પોલીસને મારાં ભાઈને અને છેલ્લે તમને ખબર હતી કે એટેક થવાનો છે સાબિતી મળી મને એટલે. ટ્રસ્ટી છો ને તમે!" રોનકે પૂછ્યું.
"હા હું ટ્રસ્ટી. કેમ શું થયું?" કાકાએ કહ્યું.
"કેટલા રુપિયા ખાધા, પાંચસો છસ્સો કરોડ?" રોનકે પૂછ્યું.
"તને ખબર પડી ગયી એમને. તેનાથી પણ વધારે." કાકાએ હસતા કહ્યું.
"તો જા એમની જોડે." રોનકે કહ્યાની સાથે માથામાં ગોળી મારી વાત પતાવી.

રોનકની બહાદુરીથી ઘણાય લોકોનો જીવ બચ્યો પણ ટ્રસ્ટી જ પૈસા માટે જીવતો હતો તો ગદ્દારી કરી ગયો, જેનાથી ઘણાય લોકોનો જીવ ગુમાવ્યો. ભારત દેશની આજ લાચારી કદાચ બની હતી, કે અંદરનો માણસ જ આતંકવાદીને લાવવાવાળો હતો. આ હોસ્ટેલ એટેક નહીં પરંતુ હોસ્ટેલનો થયેલો આતંકવાદી પર એટેક જાહેર કરવામાં આવ્યું.

(સમાપ્ત)

લેખક: હેમીલકુમાર પી પટેલ

આ ઘટનામાં ઘડાયેલ બધા પાત્રો કાલ્પનિક છે. જે કોઈના જીવન પર કંડારવામાં આવેલ કહાંની નથી. પરંતુ બહાદુરીની સાબિતી બતાવામાં આવેલ કહાંની છે. જેની નોંધ લેવી.

આપનો ખુબ ખુબ આભાર.